செ. சீனி நைனா முகம்மது மலேசியாவின் தமிழ் இலக்கண ஆய்வாளர், கவிஞர், பேச்சாளர், இதழாசிரியர். ஆசிரியர்களுக்கான இலக்கணப் பயிலரங்குகள், கவிதைப் பட்டறைகளோடு நாடெங்கும் தொல்காப்பிய வகுப்பும் நடத்திவருகிறார். இவர் நடத்தும் உங்கள் குரல் என்னும் இலக்கண, இலக்கிய மாத இதழ் பதினைந்து ஆண்டுகளாக ஒலிக்கிறது. கோவைச் செம்மொழி மாநாட்டில் *தமிழ்ச் சொற்புணர்ச்சிக் கோட்பாடு களும் புதிய விதிகளும்* எனக் கட்டுரை படித்தவர். அம்மாநாட்டு மலரிலும் இவருடைய இலக்கண ஆய்வுக் கட்டுரை இடம்பெற்றுள்ளது. கவிதைப் பூங்கொத்து என இவர் வெளியிட்ட இருபத்தைந்து கவிஞர் களின் கவிதைத் தொகுப்பு மலேசியாவில் பள்ளி இறுதிநிலை அரசுத் தேர்வுக்குரிய தமிழ் இலக்கியப் பாடநூலாக இருந்தது. மலேசியாவில் உள்ள சுலுத்தான் இதுரீசு கல்வியியல் பல்கலைக் கழகத்தின் பட்டப் படிப்பு மாணவர்களுக்கு இவருடைய தமிழ் இலக்கண நூல் பாடப் புத்தகம்; தேன்கூடு கவிதைத் தொகுப்பு. நல்ல தமிழ் இலக்கணம், புதிய தமிழ்ப்புணர்ச்சி விதிகள் ஆகிய இரண்டும் தமிழ்நாட்டுப் பதிப்பாக வரும் இவருடைய முதலிரண்டு நூல்களாகும்.

புதிய தமிழ்ப்புணர்ச்சி விதிகள்

எல்லோரும் பயன்படுத்துவதற்கு
ஏற்ற எளிய சொற்புணர்ச்சி விதிகள்

செ. சீனி நைனா முகம்மது

அடையாளம்

முதல் பதிப்பு 2013
இரண்டாவது மீளச்சு 2024
© செ. சீனி நைனா முகம்மது

வெளியீடு: அடையாளம், 1205/1 கருப்பூர் சாலை, புத்தாநத்தம் 621310, திருச்சி மாவட்டம், தமிழ்நாடு, இந்தியா, தொலைபேசி: (+91) 9444 77 2686

நூல்வடிவம்: த பாபிரஸ், அச்சாக்கம்: அடையாளம் பிரஸ், இந்தியா.

ISBN 978 81 7720 198 7

விலை: ₹ 180

puthiya thamizhppunarchi vithikal, Tamil grammar by S. Seeni Naina Mohamed, Published by Adaiyaalam, 1205/1 Karupur Road, Puthanatham 621310, Thiruchirappalli Dist., Tamilnadu, India. email: info@adaiyaalam.net

பொருளடக்கம்

	நூல் பிறந்த கதை	vii
1	சொற்புணர்ச்சி விதிகள் வேண்டாமா?	1
2	நடப்பு விதிகளும் புதிய விதிகளும்	8
3	தேவைக்குக் கொஞ்சம் இலக்கணம்	13
4	புணரிலக்கணக் கலைச்சொற்கள்	31
5	சொற்புணர்ச்சி முறைகள்	41
6	சொற்புணர்ச்சிக் கூறுகள்	44
7	சொற்புணர்ச்சிக் காரணங்கள்	50
8	மரபுசார்ந்த புணர்ச்சி விதிகள்	54
9	குற்றியலுகரப் புணர்ச்சி விதிகள்	63
10	உயிர் + உயிர்ப் புணர்ச்சி விதிகள்	69
11	மெய் + உயிர்ப் புணர்ச்சி விதிகள்	76
12	உயிர் + மெய்ப் புணர்ச்சி விதிகள்	81
13	மெய் + மெய்ப் புணர்ச்சி விதிகள்	97
14	பொருள் வேறுபாட்டுப் புணர்ச்சி	105
15	நிறுத்தி ஒலிக்கும் தொடர்களின் புணர்ச்சி	109

16	கள் பின்னொட்டுப் புணர்ச்சி விதிகள்	112
17	விதிகளைக் கையாளும் அணுகுமுறை	115
18	சில நடைமுறைச் சிக்கல்களும் தீர்வுகளும்	121
19	சொற்புணர்ச்சி விதிகளின் சுருக்கம்	125
	பயிற்சிகள்	129

நூல் பிறந்த கதை

இயல்பான ஆர்வத்தால் இளமைமுதல் நான் பெற்றுவந்த கற்றறிவு, தமிழ் இலக்கணத்தில் தேவையான தெளிவை எனக்குத் தந்திருந்தது. ஆனால், அந்த நிறைவு, சொற்புணர்ச்சி இலக்கணத்தில் நெடுங்காலம் வாய்க்காமலே இருந்தது. கண்ணில் படும் இலக்கண நூலை வாங்குவதும், அதிலுள்ள சொற்புணர்ச்சி விதிகளை ஆவலுடன் படிப்பதும், எதிர் பார்த்த தெளிவு கிடைக்காமல் ஏமாற்றமடைவதும் வழக்கமாயின.

தமிழாசிரியர்களுக்கு இலக்கணப் பயிலரங்குகள் நடத்தும் வாய்ப்புத் தொடர்ந்து வந்தபோது, சொற்புணர்ச்சி இலக்கணத்தில் அவர்கள் எழுப்பிய ஐயங்களும் வினாக்களும், அதில் தெளிவுபெற்றே தீர வேண்டும் என்ற கடப்பாட்டையும் கட்டாயத்தையும் எனக்குள் ஏற்படுத்தி முனைப்பூட்டின.

முடிவாக, என் தேடல், மூல இலக்கண நூலான தொல்காப்பியத்தை நோக்கித் திரும்பியது. பலமுறை பயின்றும் தேடியது உரைகளில் கிடைக்கவில்லை. தெளிவு கிடைக்கும்வரை தேடலை விடுவதில்லை என்ற திடத்துடன், நூற்பாக்களையே நேரடியாக ஆராயத் தொடங்கிய பின்னர், முடிச்சுகள் முறையாக அவிழ்ந்தன.

இயற்கை சீரோழுங்கு உடையது. மனிதனும் பிறப்பால் இயற்கை சார்ந்தவனே. தமிழர்கள் என்ற மனிதர்கள் இயற்கையோடு ஒட்டி வாழ்ந்த பழங்காலத்தில் இலக்கணச் செம்மைபெற்ற மொழி தமிழ். எனவே, அதன் இலக்கணக்கூறு ஒவ்வொன்றும் சீரொழுங்கு உடைய தாகவே இருக்கும் என்ற எனது நம்பிக்கை வீணாகவில்லை.

தமிழ் இலக்கணம் தெளிவான சீரொழுங்குகளைக் கொண்டிருந் ததைக் ஆய்ந்து அறிந்து மகிழ்ந்தேன். சொற்புணர்ச்சி இலக்கணத்தின் பின்புலமான காரணங்களையும் கோட்பாடுகளையும் தொல்காப்பியத்தி லேயே கண்டு தெளிய முடிந்தது. இவற்றை எல்லாம் அறிந்தே தொல்காப்பியப் பேராசான் விதிகள் வகுத்துள்ளார் என்பதையும், அவர் இலக்கணி என்பதால், காரணங்களையும் கோட்பாடுகளையும் விளக்காமல் அவற்றின் அடிப்படையில் விதிகளை வகுத்தளிப்பதே அவரது கடப்பாடும் பணியுமாக இருந்ததையும் உணர்ந்தேன்.

கிடைத்த தெளிவின் அடிப்படையில் புணர்ச்சி விதிகளை எளியன வாகவும் இக்காலத்துக்கு ஏற்றனவாகவும் மறுசீரமைத்துத் தமிழறிஞர்களின் முன்வைக்க விழைந்து, செம்மொழி மாநாட்டில் இதுபற்றிக் கட்டுரை படைத்தேன். கண்டுகொள்ளுதற்கு உரியவர்கள் ஆய்வரங்கில் இல்லை; இருந்தவர்கள் கண்டுகொள்ளவில்லை.

கொடுக்கக் குறையாததாய் எனக்கு வாய்த்த இந்தத் தமிழ் விளைச்சலை என் மொழி உடன்பிறப்புகளுடன் இந்த நூலின்வழி பகிர்ந்து கொள்வதில் பெருமகிழ்ச்சி அடைகிறேன்.

புணர்ச்சி இலக்கணம், இக்காலத் தமிழைப் பிழையின்றி எழுதுவதற்கு மட்டுமன்றி, பழைய இலக்கியங்களைச் சரியாகச் சொல்பிரித்துச் சுவைத்துப் பயில்வதற்கும் உதவவேண்டியது என்பதால், இந்நூலில், செய்யுள் வழக்குக்கு உரிய புணர்ச்சி முறைகளும் எடுத்துக்காட்டுகளும் குறைந்த அளவில் தரப்பட்டுள்ளன. இருப்பினும், பெரும்பாலும் நடைமுறை வழக்கிலுள்ள எடுத்துக்காட்டுகளே ஆளப்பட்டுள்ளன.

இந்நூலை எழுதும் முயற்சிக்கு, ஊக்கமளித்தும் மெய்ப்புச் சரிபார்த்தும், தகவுரை வழங்கியும் உதவிய அன்பர்கள் அனைவருக்கும், இதனைப் பதிப்பிக்க முன்வந்த அடையாளம் பதிப்புக்குழுவினருக்கும் என் நெஞ்சம் நிறைந்த நன்றி உரித்தாகுக.

அறிஞர் பெருமக்களும் இந்நூலைப் படிக்கும் ஆர்வலர்களும் ஆக்க நோக்கில் இதில் காணும் குறைநிறைகளைத் தெரிவித்தால் இந்நூல் மேலும் செம்மைபெற அவை பெரிதும் உதவும்.

தமிழ் இலக்கண உலகில் இந்நூல் என்றும் நின்று பயன்தரும் என்று உளமார நம்புகிறேன்.

செ. சீனி நைனா முகம்மது

1

சொற்புணர்ச்சி விதிகள் வேண்டாமா?

தமிழ் எழுதுவோரிடையே தமிழ் இலக்கணத்தின் மதிப்பு இக்காலத்தில் பெரிதும் குறைந்துவிட்டது; இலக்கணத்தை முயன்று பயில்வோரும், பயின்றவருள் அதை கடைப்பிடிப்போரும் குறைந்துவிட்டனர். குறிப்பாகத் தமிழ்ச் சொற்புணர்ச்சி முறைகளை அறிந்து பேணுவோரைக் காண்பதே அரிதாக இருக்கிறது. தமிழில் எழுதுவதைத் தொழிலாகவோ துறையாகவோ கொண்டவருள் பலர் சொற்புணர்ச்சி இலக்கணத்தைக் கைவிட்டுவிட்டனர். அது கடுமையானது, குழப்பம் மிகுந்தது என்றும் தேவையில்லாதது என்றுங்கூடக் கருதுவோர் இருக்கின்றனர்.

இந்த நிலைக்கு, பிற்காலத்தில் சொற்புணர்ச்சி இலக்கணத்தில் புகுந்த மிகுதியான விதிகளும் முரண்பாடுகளும் ஓரளவில் காரணமாகலாம். ஆயினும், சொற்புணர்ச்சி இலக்கணத்தை முறையாகப் பயின்று தெளியாமையும், தமிழில் மட்டுமன்றி எல்லா மொழிகளிலும் அது அதற்கு உரிய இயல்பில் அமைந்த புணர்ச்சி முறைகள் பேணப்படுகின்றன என்பதை எண்ணாமையும், தமிழின் பயன்பாட்டில் சொற்புணர்ச்சியின் இன்றியமையாமையை உணராமையுமே முதன்மைக் காரணங்கள் எனலாம்.

இம்மாதிரியான எண்ணப் போக்குகள் கொண்டவர்கள், உண்மையை அறிந்து தெளிவடைந்து சொற்புணர்ச்சி விதிகளைப் பயின்று பயன் படுத்தினால் அவர்களின் மொழியாற்றலும் எழுத்தாற்றலும் வளம் பெறும்; செம்மொழியாகிய தமிழ்மொழியின் செம்மையும் சிறப்பும் நிலைபெறும்.

சொற்புணர்ச்சி என்பது என்ன?

புணர்ச்சி என்பதற்கு, இந்த நூலின் பொருளுக்கு இசைவான நோக்கில், இடைவெளியின்றி இணைதல் என்று பொருள்கூறலாம். சொற்புணர்ச்சி என்பது இரண்டு சொற்கள் இடைவெளியின்றிச் சேர்ந்து ஒலிக்கும் நிலையைக் குறிக்கிறது.

நாம் பேசும்போது ஒன்றுக்கு மேற்பட்ட சொற்களை ஒன்றன்பின் ஒன்றாகத் தொடர்ந்து ஒலிக்கிறோம். முதற்சொல்லின் இறுதி எழுத்தை ஒலித்தவுடனேயே அடுத்த சொல்லின் முதலெழுத்தை விரைந்து ஒலிக்க நேரும்போது, ஒலியுறுப்புகளின் இயல்பான அசைவு கட்டுப்படுத்தப் படுகிறது. இந்தச் சூழலில் அந்தச் சொற்களைத் தனித்தனியாக ஒலித்த அதே வடிவத்தில் ஒலிக்கமுடியாமல் போவதுண்டு. அவற்றை விரைவாக அதேவேளை எளிதாக ஒலிக்கும் முயற்சியில், நமது ஒலியுறுப்புகள் அந்தச் சொற்களின் ஒலிப்பைச் சிறிது மாற்றிவிடுவதுண்டு; மாற்ற மின்றியே எளிதாக ஒலிக்கமுடிந்தால், தனித்தனியாக ஒலித்த அதே வடிவத்தில் இயல்பாக ஒலிப்பதும் உண்டு. நாம் விரும்பும் பொருளை உணர்த்தும் பொருட்டு, சொற்களைக் குறிப்பிட்ட முறையில் சேர்ப்பதன் மூலம் நாமே அவற்றின் ஒலிப்பை மாற்றிவிடுவதும் உண்டு. சேர்ந்து ஒலிக்கும் சொற்களில், மாற்றம் நேர்வதற்கும் நேராமைக்கும் இவை மட்டுமன்றி வேறுசில காரணங்களும் உள்ளன. இந்நூலில், சொற்புணர்ச்சிக் காரணங்கள் என்ற தலைப்பில் இவை விரிவாக விளக்கப்படுகின்றன.

கடல் - வலை என்ற சொற்களைச் சேர்த்து ஒலிக்கும்போது *கடல் வலை* என்று அப்படியே ஒலிக்கிறோம். *கடல் - அலை* என்ற சொற்களைச் சேர்த்து ஒலிக்கும்போது அவை *கடலலை* என்று மாறிவிடுகின்றன. *கடல் - கரை* என்ற சொற்களைச் சேர்த்து ஒலிக்கும்போது அவற்றைக் *கடற்கரை* என்று மாற்றிவிடுகிறோம். *ஆறு - கரை* என்பவை *ஆற்றங்கரை* என்றும், *குளம் - கரை* என்பவை *குளத்தங்கரை* என்றும், சேர்த்து ஒலிக்கும் போது பலவித மாற்றங்களுக்கு உட்படுகின்றன. இப்படி மாறியோ மாறாமலோ சொற்கள் சேர்ந்து ஒலிப்பதுதான் இலக்கணத்தில் சொற் புணர்ச்சி எனப்படுகிறது.

பிறமொழிகளில் சொற்புணர்ச்சி

தமிழ்ச் சொற்புணர்ச்சி இலக்கணத்தைப் பெருந்தொல்லையாகக் கருதும் சிலர், மற்ற மொழிகளில் இது போன்ற தொல்லை இல்லை என்று எண்ணுகின்றனர். எல்லா மொழிகளிலும் அந்த அந்த மொழி யின் இயல்புக்கேற்ற சொற்புணர்ச்சி முறைகள் இருக்கின்றன; ஆனால், அந்த மொழிகளுக்குரியவர்கள் அதனைத் தொல்லையாகவோ துன்ப மாகவோ கருதுவதில்லை என்பதே உண்மை. சில எடுத்துக்காட்டுகள் இந்தத் தவறான எண்ணப் போக்கை மாற்ற உதவலாம்.

ஆங்கிலத்தில் சொற்புணர்ச்சி

தமிழில் *வெட்டு, காட்டு, தூக்கு* என்பன போன்ற வினையடிச் சொற்களில் இ என்ற பின்னொட்டைச் சேர்த்து *வெட்டி, காட்டி, தூக்கி* என்று

அவற்றைக் கருவிப் பெயர்களாக மாற்றுகிறோம். இதுபோலவே ஆங்கிலத்தில், வினையடிச் சொற்களில் *er* என்ற பின்னொட்டைச் சேர்த்து *heat + er = heater, cut + er = cutter* என்ற முறையில் அவற்றைக் கருவிப் பெயர்களாக மாற்றுகின்றனர்.

இவற்றுள், *heat* என்பதில் ஒரு *t* உண்டு. அதுபோலவே அதிலிருந்து தோன்றிய *heater* என்ற சொல்லிலும் ஒரு *t* வருகிறது. *cut* என்பதிலும் ஒரு *t* தான் உண்டு. ஆனால், அது *cutter* ஆகும்போது இரண்டு *t*-க்கள் வருகின்றன. இதற்கு ஆங்கில இலக்கணத்தில் திட்டவட்டமான ஒரு விதி இருப்பதாகத் தெரியவில்லை. என்றாலும் ஆங்கிலத்தில் இந்த வேறுபாடு பேணப்படுகிறது. ஒலியியல்பின் அடிப்படையிலான புணர்ச்சிமுறை இது. உலகின் முதல் ஒலியியல் வல்லுநரான தொல்காப்பியர் இந்த ஒலியியல் புணர்ச்சிக்கு 2500 ஆண்டுகளுக்கு முன்னரே விதி சொல்லியிருக்கிறார் என்பது வியப்பூட்டும் உண்மை.

நெடியதன் முன்னர் ஒற்றுமெய் கெடுதலும்
குறியதன் முன்னர்த் தன்னுருபு இரட்டலும்
அறியத் தோன்றிய நெறியியல் என்ப.

(தொல்காப்பியம்: எழுத்ததிகாரம் 160)

(நெட்டெழுத்துக்குப்பின் வரும் மெய், தன் வடிவம் மறைதலும், குற்றெழுத்துக்குப்பின் வரும் மெய் தன் வடிவம் இரண்டாதலும் தெளிவாக அறியுமாறு விளங்கும் மொழி இயல்பு என்று கூறுவர்.)

கால் + அடி = காலடி; கா - நெடிலுக்குப்பின் ல் இரட்டாமல் புணர்ந்தது
கல் + அடி = கல்லடி; க - குறிலுக்குப்பின் ல் இரட்டிப் புணர்ந்தது.

இதுபோல்,

heat + er = heater; hea *(ஹீ)* - நெடிலுக்குப்பின் *t* இரட்டவில்லை.
cut + er = cutter; cu *(க)* - குறிலுக்குப்பின் *t* இரட்டிப் புணர்ந்தது.

சொல்லின் தொடக்கத்தில், ஒரு தனிக்குறிலை ஒலித்தபின் மூச்சாற்றல் நிறையவே எஞ்சியிருக்கிறது. எஞ்சியிருக்கும் இந்த மூச்சாற்றல் அடுத்து வருகிற மெய்யின்மேல் இறங்கி அதை இரட்டி ஒலிக்கச் செய்கிறது. இந்தச் செய்தி, தமிழ்ப் புணர்ச்சி இலக்கணம் 2500 ஆண்டுகளுக்கு முன்னரே செம்மைபெற்றது என்பதற்கும் அது சரியான ஒலியியல் அடிப்படையில் அமைந்ததால் பிறமொழிகளுக்கும் பொருந்தக் கூடியதாக உள்ளது என்பதற்கும் உறுதியான சான்றாக விளங்குகிறது.

வடமொழியில் சொற்புணர்ச்சி

எந்த மொழியிலும் உயிரொலிகள் அடுத்தடுத்து வந்து மயங்குவதில்லை;

அதாவது இடைவெளியின்றிச் சேர்ந்து ஒலிப்பதில்லை. அ, ஆ என்று சேர்த்துச் சொல்லிப் பார்த்தால் இடைவெளியை உணரலாம். தமிழில் உயிர்கள் அடுத்தடுத்துச் சந்திக்க நேரும்போது, ஒலியுறுப்புகள் ஓர் உடம்படுமெய்யைத் தோற்றி அவை சேர்ந்து ஒலிக்க உதவுகின்றன.

இள(மை) + அழகு; மை ஈறு, புணர்ச்சிக்குமுன் நீங்கிவிடுகிறது.
> இள + அழகு; ள்அ + அ; இறுதி அ-வும் முதல் அ-வும் சந்திக்கின்றன.
> இள + வ் + அழகு - உயிர்கள் சேர்ந்து ஒலிக்க உதவியாக வ் வந்தது.
= இளவழகு - இருசொற்கள் ஒருசொல்லாக ஒன்றித்துப் புணர்ந்தன.

இதுபோல் வடமொழியில் அ, ஆ என்ற உயிர் ஈறுகளும் அதே அ, ஆ முதலெழுத்துகளும் சந்தித்தால் இரண்டும் மறைந்து ஆ என்ற நெடில் தோன்றுகிறது. இது போன்ற பல சந்தி விதிகள் வடமொழியில் இருப்பது இலக்கணம் அறிந்தோர் அறிந்த செய்தியேயாகும்.

கனக + அபிசேகம்; க்அ + அ; இறுதி அ-வும் முதல் அ-வும் சந்திக்கின்றன.
> கனக் + பிசேகம்; இறுதி அ-வும் முதல் அ-வும் மறைந்தன.
> கனக் + ஆ + பிசேகம்; இடையில் ஆ என்ற நெடில் தோன்றியது.
= கனகாபிசேகம்; க்+ஆ சேர்ந்து கா ஆகி இருசொற்களும் புணர்ந்தன.

இதுபோன்ற பல சந்திப் புணர்ச்சி முறைகள் வடமொழியில் உள்ளன. இந்தச் சந்திமுறைகள் தமிழில் இருப்பதுபோலவே, வடமொழியிலும் சொற்புணர்ச்சி இலக்கணம் இருப்பதற்குப் போதிய சான்றுகளாகும்.

அரபு மொழியில் சொற்புணர்ச்சி

அரபு மொழியிலும் அதன் இயல்புக்கேற்ற சொற்புணர்ச்சி இலக்கணம் உண்டு. *al + kitab = alkitab* என்ற புணர்ச்சியில் இருசொற்கள் புணர்ந்தாலும் மாற்றமின்றி இயல்பாகவே ஒலித்தன. ஆனால், *al + noor = annoor* என்ற புணர்ச்சியில் அவை ஒலிப்புமாறிப் புணர்ந்தன. இது தமிழில், நல்+ நூரல் = நன்னூரல் என்று புணரும் முறையை ஒத்திருக்கிறது.

al + kitab = alkitab; புணர்ந்தபின்னும் ஒலிப்பில் மாற்றமில்லை.
பல் + கலை = பல்கலை; மாற்றமில்லை, ல்க தமிழிலும் மயங்கும் மெய்களே.
al + noor = annoor; *l + n* மயங்காததால் *l, n* ஆயிற்று.
நல் + நூரல் = நன்னூரல் - ல் + ந மயங்காததால் ல், ன் ஆயிற்று.

மயங்காத மெய்கள் என்பவை அடுத்தடுத்து வந்து சேர்ந்து ஒலிக்காத மெய்கள். தமிழில் மயங்காத மெய்கள் சந்திக்கும்போது அவை மயங்குவதற்கு உதவியாக மெய் வேறாகத் திரிவது போலவே அரபு மொழியிலும் மயங்காத மெய்களின் சந்திப்பில் மெய்வேறாகிறது.

பொதுவாக எல்லா மொழிகளிலும் சொற்புணர்ச்சி இலக்கணம் உண்டு என்பதையும் அவை அந்த மொழிகளின் செம்மைக்கும் சிறப்புக்கும் காரணமாக இருப்பதால் முறையாகப் பேணப்படுகின்றன என்பதையும் அன்பர்கள் புரிந்துகொள்ளுதற்கு இந்தச் செய்திகள் போதியனவாகும்.

தமிழில் சொற்புணர்ச்சி வேண்டாமா?

தெளிவான கருத்துப் பரிமாற்றமும் பண்பான உணர்வு வெளிப்பாடும் மொழியின் இரண்டு அடிப்படை நோக்கங்கள். இந்த நோக்கங்களை ஆகக் கூடிய அளவில் நிறைவேற்றும் ஆற்றலை மொழிக்கு வழங்கு வதே இலக்கணத்தின் முதன்மைப் பணியாகும். தமிழ் இலக்கணத்தில் இன்றியமையாத பகுதி அதன் சொற்புணர்ச்சி இலக்கணம். சொற்களை எளிதாக ஒலிக்கவும், பொருள் தெளிவாக வெளிப்படவும் சொற் புணர்ச்சி இலக்கணம் தமிழில் தவிர்க்கவியலாத இலக்கணக் கூறாகும்.

தேநீரும் தேனீரும் ஒரு பொருளாகுமா? *வழிபடுதலும் வழிப்படுதலும்* ஒன்றாகுமா? *பற்கலைக் கல்வியும் பல்கலைக் கல்வியும்* வேறுவேறு தானே! *வீடுடைமைத் திட்டத்தை வீட்டுடைமைத் திட்டமாக்கினால்*, அதனை அறிவித்த அமைச்சர் மீது பழியன்றோ வந்து சேரும்! *பிழைதிருத்தம்* என்பதைப் *பிழைத்திருத்தம்* என்று புணர்த்து எழுதினால் பிழைக்குச் செய்த திருத்தமே பிழையாகிவிடுமே! இந்தத் தொடர்களின் தெளிவான பொருள்வேறுபாடு சொற்புணர்ச்சி இலக்கணத்தின் காரியமன்றோ!

கல் என்ற ஒரே சொல்லில் *அ* சேர்த்துக் *கல* என்றும், *இ* சேர்த்துக் *கலி* என்றும், *ஐ* சேர்த்துக் *கலை* என்றும் *வி* சேர்த்துக் *கல்வி* என்றும், *கை* சேர்த்துக் *கற்கை* என்றும் *பு* சேர்த்துக் *கற்பு* என்றும் சொல்லாக்கம் செய்யச் சொற்புணர்ச்சி வேண்டாமா?

தண்மை + நீர் = தண்ணீர், வெம்மை + நீர் = வெந்நீர், பன்மை + நீர் = பன்னீர், மும்மை + நீர் = முந்நீர், செம்மை + நீர் = செந்நீர் என்று இரு சொற்களை எதுகை நயமிகுந்த இனிய ஓசையுடன் ஒலிக்குமாறு ஒருசொல் வடிவில் மாற்றித் தருவது சொற்புணர்ச்சி இலக்கணந்தானே! *இருக்கை* என்ற ஒரு சொல்லைப் பல்வேறு சொற்களுடன் புணர்த்து, *மெத்து + இருக்கை = மெத்திருக்கை, குத்து + இருக்கை = குத்திருக்கை, சுழல் + இருக்கை = சுழலிருக்கை, உருள் + இருக்கை = உருளிருக்கை, சாய்வு + இருக்கை = சாய்விருக்கை* என்று பல பொருள்களுக்கு, ஒரே சொல்லாக ஒலிக்கும் அழகிய பெயர்களை உருவாக்கித் தரும் உத்தி சொற்புணர்ச்சி இன்றி ஏது?

ஒன்று ஒன்றாக, இரண்டு இரண்டாக, மூன்று மூன்றாக என்று இரு சொற்களாக அமைய வேண்டிய தொடர்களை, ஒவ்வொன்றாக,

இவ்விரண்டாக, மும்மூன்றாக என்று சுருக்கமாகச் சொல்ல உதவியது சொற்புணர்ச்சியன்றோ! மூன்று கனிகள் என்பதை முக்கனிகள் என்றும் நான்கு அடி என்பதை நாலடி என்றும் எட்டுத்திசையை எண்டிசை என்றும் இருசொற்களை ஒருசொல்லாகக் கையாள முடிவதற்குக் காரணம் சொற்புணர்ச்சிதானே! ஆங்கிலத்தில் இரண்டு சொற்களாக விளங்கும் எண்ணுப் பெயர்களைத் தமிழில் முந்நூறு, நானூறு, ஐந்நூறு, அறுநூறு, எழுநூறு, எண்ணூறு என்று ஒரே சொல்லாக மாற்றித் தந்தது தமிழ்ச் சொற்புணர்ச்சி முறை என்பதில் ஐயமேது?

தமிழ்ச் சொற்புணர்ச்சி இலக்கணத்தின் பயனைப் பற்றி இன்னும் சொல்லலாம். இந்த எடுத்துக்காட்டுகளே இதைப் படிக்கும் அன்பர்கள் மேலும் எண்ணிப் பார்த்துத் தமிழ்ச் சொற்புணர்ச்சி இலக்கணத்தின் இன்றியமையாத பயன்களை உணர்வதற்குப் போதுமென்று நம்புவோம்.

வேறு வழியில்லை!

மேற்கண்ட செய்திகளின் அடிப்படையில், மேலோட்டமாகச் சிந்தித்தால்கூட, தமிழில் சொற்புணர்ச்சி இலக்கணம் இன்றியமையாத தேவை என்பதை எளிதில் புரிந்துகொள்ளலாம்.

சொற்களை விரைவாகவும் எளிதாகவும் ஒலிக்கவும், ஒத்த ஒலிப்பை உடைய சொற்களிடையே தெளிவான பொருள் வேறுபாட்டை வெளிப்படுத்தவும், சொல்லுடன் சொல்லையோ எழுத்தையோ சேர்த்து ஒரு சொல் போல ஒலிக்கின்ற புதிய சொற்களை உருவாக்கிக் கொள்ளவும் இதுபோன்ற மற்ற பல பயன்களைக் கருதியும் தமிழில் சொற்புணர்ச்சி இலக்கணம் தவிர்க்கவியலாத தேவையாக இருக்கிறது.

பொதுவாகப் பிற மொழிகளில் பல சொற்களில் பல தொடர்களில் கூறுவதைச் சில சொற்களில் சில தொடர்களில் கூறும் சொல்வளத்தை யும் செறிவையும் தமிழுக்குத் தருவதும் சொற்புணர்ச்சி இலக்கணமே.

செம்மை மிகுந்த மொழி என்பதால், தமிழ்ச் சொற்புணர்ச்சி இலக்கணம், மற்ற மொழிகளை ஒப்பிடும்போது, மிகுந்த நுட்பம் உடையதாகவும் கற்கக் கடினமானதாகவும் தோன்றலாம். ஒட்டுச்சொல் மொழியான தமிழில் சொற்புணர்ச்சி இலக்கணத்தின் பங்கையும் பயனையும் கருதினால், தமிழைத் துறையாகவும் தொழிலாகவும் கொண்டவர்கள் அதை முயன்று கற்றுத் தெளிந்து பயன்கொள்ளுவதைத் தவிர்த்து வேறு வழியில்லை.

இக்காலத்தில், வலிமைவாய்ந்த இனமக்கள்கூட உலகமயமாக்கலின் பாதிப்பில் தங்கள் தனி அடையாளங்களைக் காத்துக்கொள்ளக் கடுமை

யாகப் போராட வேண்டியுள்ளது. இந்த நிலையில் அரசியல், சமயம், வாணிகம், அறிவியல் போன்ற பின்புலங்களில் வலிமை குறைந்துள்ள தமிழ்மொழியில் குழப்பங்கள் நேர்வதும், பொருந்தாத புதுமைகள் புகுவதும் இயல்பேயாகும். ஆயினும், தமிழைத் தொழில் அல்லது துறையாகக் கொண்டவர்கள் விழிப்புடனும் பொறுப்புடனும் முயன்று, தமிழ்மொழியின் இன்றியமையாத கூறாகிய சொற்புணர்ச்சி இலக்கணத் திலுள்ள குழப்பங்களையும் குறைகளையும் களைந்து முறையாகப் பயன்படுத்துவதில் ஈடுபட்டால், தமிழின் செம்மையையும் சிறப்பையும் நிலைநாட்டுவதில் வெற்றிபெறத் தடையிராது.

2

நடப்பு விதிகளும் புதிய விதிகளும்

முன்னரே தமிழ் இலக்கண நூல்களில் உள்ள புணர்ச்சி விதிகளைக் கற்க முயன்று ஏமாற்றமும் சோர்வும் அடைந்தவர்கள் எண்ணற்றவர்கள் இருக்கலாம். இவர்கள், புணர்ச்சி விதிகள் என்ற தலைப்பில் இந்த நூலைப் பார்த்ததும் எரிச்சலடைந்து முகத்தைத் திருப்பிக்கொள்ள வாய்ப்புண்டு. அத்தகையவர்களுக்கு, இந்த நூலிலுள்ள விதிகள் ஏமாற்றத்தையோ சோர்வையோ தரமாட்டா. மாறாக, இந்தச் சிக்கலுக்கு அவர்கள் நெடுங்காலமாகத் தேடிக்கொண்டிருக்கும் ஒரு தீர்வாகவே இந்த நூல் விளங்கும் என்பதை முன்னுரைக்கவே இந்தப் பகுதி எழுதப்படுகிறது.

நடப்பிலுள்ள புணர்ச்சி விதிகளில் காணும் சிக்கல்கள்

தமிழ் இலக்கண நூல்கள் மிகுதியாகவே வெளிவந்துள்ளன; தட்டுப்பாடின்றிச் சந்தையில் கிடைக்கின்றன. அவற்றில் புணர்ச்சி இலக்கணம் பெரிய இடத்தைப் பெற்றுள்ளது. புணர்ச்சி இலக்கணம் பற்றி ஆய்வுகளும் செய்யப்பட்டுள்ளன. இவற்றில் உள்ள புணர்ச்சி விதிகள் எண்ணிக்கையால் மிகுதியாகவே உள்ளன. இருப்பினும் அவை கூறும் விதிகளை எவ்வளவு முயன்று பயின்றாலும் புணர்ச்சி இலக்கணத்தில் திட்டவட்டமான தெளிவு ஏற்படுவதில்லை; அவற்றில் தோன்றும் ஐயங்களுக்கும் வினாக்களுக்கும் விடையோ விளக்கமோ எளிதில் கிடைப்பதில்லை.

இரண்டாம் வேற்றுமைத் தொகையில் வலிமிகாது என்பது ஒரு நடப்பு விதி. இதன் அடிப்படையில் ஒருவர் பணிசெய்தேன் என்று எழுதினார். இத்தொடர், பணியைச் செய்தேன் என்று விரியும்; பணி + ஐ = பணியை என்பதால் இதில் இரண்டாம் வேற்றுமை உருபான ஐ உள்ளது. பணிசெய்தேன் என்பதில் ஐ மறைந்திருப்பதால் அது இரண்டாம் வேற்றுமைத் தொகை. எனவே அவர் எழுதியது சரிதான். மற்றொருவர், விழாச்செய்தார்கள் என்று எழுதினார். இதனைப் பார்த்த முன்னவர், இது விழாவைச் செய்தார் என்று விரியும்; ஐ மறைந்ததால்

இரண்டாம் வேற்றுமைத் தொகை; எனவே வலிமிகாது என்று பின்னவரைத் திருத்தினார். பின்னவர், குறிலுக்குப்பின் ஆ என்ற நெடில்வரும் இரண்டெழுத்துச் சொல்லில் வலிமிகும் என்று விதி உள்ளது. எனவே *விழா* என்ற சொல் வலிமிகும் என்றார். இதுவும் சரிதான். இருவரும் விதியை அடிப்படையாகக் கொண்டே எழுதினர். அதனால், அவரவர் கருத்தில் பிடிவாதமாக இருந்தனர். யார் கூறுவது சரி என்று அவர்களால் முடிவு காண இயலவில்லை. விதிசொன்ன நூலிலும் அதற்கு முடிவு கூறப்படவில்லை. சிக்கல் தொடர்கிறது.

எழுவாய்த் தொடரில் வலிமிகாது என்பதும் ஒரு நடப்பு விதிதான். *குருவி பறந்தது, கொக்குப் பறந்தது* என்ற இரண்டுமே எழுவாய்த் தொடர்கள். முந்தியதில், விதியின்படி வலிமிகவில்லை; பிந்தியதில் வலிமிகுந்ததற்குக் காரணம் அது வன்றொடர்க் குற்றியலுகரம் என்பதுதான். அதேவேளை, *கத்துகடல்* என்ற தொடரில் *கத்து* என்ற வன்றொடர்க் குற்றியலுகரத்தில் ஏன் வலிமிகவில்லை என்று வினா எழுந்தால், வினைத்தொகையில் வலிமிகாது என்ற வேறு விதி வந்து தலைகாட்டுகிறது. இவற்றில் எந்த விதியை எந்த விதி மிகைக்கும் என்பது குழப்பத்துக்குக் காரணமானது.

ஓரெழுத்து ஒருமொழியில் வலிமிகும் என்ற ஒரு விதி உண்டு. *கைதட்டினான்* என்பதில் கை ஓரெழுத்து மொழிதானே ஏன் வலி மிகவில்லை? ஐகார ஓரெழுத்துமொழி விதிவிலக்கு என்று கூறலாம். அப்படியானால், *தைத் திங்கள்* என்ற தொடரில் *தை* என்ற ஐகார ஓரெழுத்து மொழி ஏன் வலிமிகுந்தது?

முற்றியலுகரச் சொற்களில் வலிமிகும் என்பது இன்னொரு விதி. ஆனால், *சிறு + கதை = சிறுகதை* வலிமிகவில்லையே? மறுபடியும் வினா எழுகிறது. தொலைபேசி என்ற தொடரில் வலிமிகாது என்றும் வலிமிகும் என்றும் இன்றுவரை இலக்கணிகளிடையே கருத்து வேறுபாடு நிலவுகிறது.

இவையும் இவைபோன்ற மற்ற பல ஐயங்களும் குழப்பங்களும், சொற்புணர்ச்சி இலக்கணத்தைப் பயின்று பயன்படுத்த விரும்புவோர் மனம் சோர்ந்து தங்கள் முயற்சியைக் கைவிடக் காரணமாகிவிட்டன என்பது கசப்பான உண்மை.

தீர்வு என்ன?

தமிழ் இலக்கண நூல்களுள் ஆகப் பழைய நூலான தொல்காப்பியமே புணர்ச்சி விதிகள் பற்றிப் பேசும் முதல் நூலாகவும் உள்ளது. 9 இயல்கள் கொண்ட முதல் அதிகாரமான எழுத்ததிகாரத்தில் பிந்திய 6 இயல்கள் நேரடியாகப் புணர்ச்சி பற்றிப் பேசுகின்றன; முந்திய 3 இயல்களும்

அதற்குத் தேவையான பல செய்திகளைக்கூறும் கருவி இயல்களாக அமைந்துள்ளன. புணர்ச்சி இலக்கணம் கற்பித்தலே எழுத்திகாரத்தின் முதன்மை நோக்கமாகத் தோன்றுகிறது. தொல்காப்பியம் புணர்ச்சி விதிகளை விரிவாகவும் தெளிவாகவுமே கூறியுள்ளது. பின்னர் வந்த நன்னூலும் ஏறத்தாழத் தொல்காப்பியம் கூறிய விதிகளையே மறுபதிவு செய்கிறது.

ஆனால், இன்று நடப்பிலுள்ள விதிகளில் பெரும்பாலானவை தொல்காப்பியத்தில் இல்லாத விதிகள். இவை ஏன் தோன்றின? எப்படிப் புணர்ச்சி இலக்கணத்தில் இடம்பெற்றன? என்ற வினாக்களுக்கு விடை தேடுதல் கடினம்; அது தேவையென்றும் தோன்றவில்லை. மாறாக, இன்று இலக்கண நூல்களில் காணப்படும் புணர்ச்சி விதிகளில் உள்ள குழப்பங்களையும் முரண்பாடுகளையும் களைந்து விதிகளை ஒழுங்கு படுத்துவதே இந்தச் சிக்கலுக்கு உரிய தீர்வாகும். இத்தகைய தீர்வாக அமையும் மறுசீரமைக்கப்பட்ட புணர்ச்சி விதிகள் நடப்பு விதிகளில் உள்ள குறைகளை எல்லாம் நிறைவுசெய்வதுடன் தமிழ் இலக்கண மரபுகளை அடிப்படையாகக் கொண்டிருக்கவும் வேண்டும்.

இந்த நூலின் புதிய விதிகள்

தமிழ்ச் சொற்புணர்ச்சி இலக்கணச் சிக்கலுக்கு மேற்கூறிய தீர்வாகவே இந்த நூல் வெளிவருகிறது. இதிலுள்ள மறுசீரமைக்கப்பட்ட புதிய விதிகள், நடப்பு விதிகளிலுள்ள ஐயங்களுக்கும் குழப்பங்களுக்கும் தெளிவும் தீர்வும் தருகின்றன. இவை எண்ணிக்கையில் குறைந்தவை; புரிந்துகொள்ளவும் பயன்படுத்தவும் எளியவை. இவற்றைக் கற்க ஆழ்ந்த இலக்கணப் பயிற்சி தேவையில்லை; தேவையான சிறிதளவு இலக்கணமும் இந்த நூலிலேயே தரப்பட்டுள்ளது. விதிகளுக்குப் பின்புலமான காரணங்கள் விளக்கப்பட்டுள்ளன. விதிகளும் விலக்கு களும் தெளிவாகவும் முடிவாகவும் கூறப்பட்டுள்ளன. போதிய எடுத்துக்காட்டுகளும் விளக்கங்களும் தரப்பட்டுள்ளன. தமிழிலுள்ள எல்லாவகைத் தொடர்களுக்கும் எல்லாவகைப் புணர்ச்சி முறைகளுக்கும் முழுமையாக விதிகள் கூறப்பட்டுள்ளன. புணர்ச்சி விதிகளிலும் விளக்கங்களிலும் கையாளப்பட்டுள்ள இலக்கணக் கலைச்சொற்கள் தனித்தலைப்பில் விளக்கப்பட்டுள்ளன. விதிகளைக் கையாளும் சரியான அணுகுமுறைகளும் எடுத்துக்காட்டுகளுடன் விளக்கப் படுகின்றன. புதிய விதிகள், மூல இலக்கண நூலான தொல்காப்பியம் கூறும் செய்திகளையும் விதிகளையும் ஆதாரமாகவும் அடிப்படை யாகவும் கொண்டே உருவாக்கப்பட்டுள்ளன; தமிழ் இலக்கண மரபுகளை மீறாமல் அவற்றைச் சார்ந்தே விதிகள் மறுசீரமைக்கப் பட்டுள்ளன.

புதிய விதிகளின் எண்ணிக்கை

இந்த நூலிலுள்ள புதிய விதிகள், நடப்பு விதிகளுடன் ஒப்பிடும்போது, எண்ணிக்கையில் மிகக் குறைந்தவை. நடப்பு இலக்கண நூல்களில், வலிமிகுதல் புணர்ச்சிக்கு மட்டுமே, வலிமிகும் விதிகள் - மிகாமை விதிகள் என்று ஏறத்தாழ 40 விதிகள் கூறப்படுகின்றன. இந்த நூலில், எல்லாவகைப் புணர்ச்சிகளையும் உள்ளடக்கும் மொத்த விதிகளே அந்த எண்ணிக்கையை எட்டவில்லை. வலிமிகுதல் - மிகாமை பற்றி மொத்தமே 10 விதிகள்தான் உள்ளன. புதிய விதிகள் எளிய நடையில் விளக்கப்பட்டுள்ளன. தேவையான அளவு நடைமுறை எடுத்துக் காட்டுகள் மட்டுமன்றி, அந்த எடுத்துக்காட்டுகளுக்கு விளக்கங்களும் தரப்பட்டுள்ளன.

ஆழ்ந்த இலக்கணப் பயிற்சி தேவையில்லை

இந்தப் புதிய விதிகளைப் பயின்று பயன்படுத்த ஆழ்ந்த இலக்கணப் பயிற்சி தேவையில்லை. உயிர், மெய், உயிர்மெய், ஆய்தம் என்ற எழுத்துகளையும் பெயர்ச்சொல், வினைச்சொல், இடைச்சொல், உரிச்சொல் ஆகிய சொல் வகைகளையும், குற்றியலுகரங்களையும் அறிந்துகொண்டால், இந்த விதிகளை எளிதில் புரிந்து பயன்படுத்தலாம்.

புணர்ச்சிக்கான காரணங்கள்

ஏன் எதற்கு என்று காரணங்களைப் புரிந்துகொள்ளாமல் விதிகளை மனனம் செய்வதே, விதிகளைச் சரியாகக் கையாளுவதில் தடுமாற்றம் ஏற்படுவதற்கு முதன்மைக் காரணமாகிறது. இந்த நூலில் தரப்படும் புதிய விதிகளுக்குப் பின்புலமான காரணங்கள் தனித்தலைப்பில் தெளிவாக விளக்கப்படுகின்றன. காரணங்கள் பற்றிய அறிவு, விதிகளைத் திட்டவட்டமான தெளிவுடன் பயன்படுத்துவதற்குத் துணையாகிறது.

முழுமையான விதிகள்

தமிழிலுள்ள எல்லா வகையான தொடர்களுக்கும் எல்லா விதமான புணர்ச்சி முறைகளுக்கும் உரிய விதிகள் தரப்படுகின்றன. விதிகளும் விலக்குகளும் ஐயத்திற்கு இடமின்றி விளக்கப்படுகின்றன. கள் என்ற பின்னொட்டுக்கான விதிகளும், பிறமொழிச் சொற்களைப் புணர்ச்சி யில் கையாளும் முறைகளும் எடுத்துக்காட்டுகளுடன் விளக்கப்படு கின்றன. பொதுவாக இன்று விதிகளைப் பயன்படுத்துவதில் எதிர்ப்படும் நடைமுறைச் சிக்கல்களும் அவற்றுக்கான தீர்வுகளும் தக்க எடுத்துக் காட்டுகளுடன் விளக்கப்பட்டுள்ளன.

கலைச்சொற்களும் விதிகளை அணுகும் முறையும்

விதிகளிலும் விளக்கங்களிலும் பயன்படுத்தப்பட்டுள்ள புணர்ச்சி இலக்கணக் கலைச்சொற்கள் அனைத்தும் தனித்தலைப்பில் போதிய அளவு விளக்கப்படுகின்றன. இது போதிய இலக்கணப் பயிற்சி இல்லாதவர்களும் விதிகளைப் புரிந்துகொள்ளப் பெரிதும் துணை புரியும். நூலின் இறுதியில் புணர்ச்சி விதிகளைக் கையாளுதற்கு உரிய சரியான அணுகுமுறைகளும் எடுத்துக்காட்டுகளுடன் விளக்கப் படுகின்றன. இந்தப் பகுதி, ஒரே தொடரின் புணர்ச்சியில் ஒன்றுக்கு மேற்பட்ட விதிகள் குறுக்கிடும்போது சரியான விதியைத் தெரிவுசெய்து பயன்படுத்துவதற்கு வழிகாட்டுகிறது.

நடைமுறைச் சிக்கல்களும் தீர்வுகளும்

இன்று தமிழ் எழுதுவோர், சொற்புணர்ச்சி தொடர்பாக நடைமுறையில் எதிர்கொள்ளும் பல்வேறு ஐயங்களும் குழப்பங்களும் சிக்கல்களும் தனித்தலைப்பில் எடுத்துக்காட்டுகளுடன் விரிவாக ஆராயப்படுகின்றன. அவ்வகையான ஐயங்களும் குழப்பங்களும் சிக்கல்களும் தீருமாறும் மீண்டும் தோன்றாதவாறும் போதிய விளக்கங்கள் தரப்படுகின்றன.

    இந்நூலை ஆர்வத்துடனும் பொறுமையுடனும் நம்பிக்கையுடனும் கற்பவர்கள், தமிழ்ச் சொற்புணர்ச்சி இலக்கணத்தில் ஐயம் திரிபுகள் அற்ற திட்டவட்டமான தெளிந்த அறிவைப் பெறுவார்கள் என்பதில் ஐயமில்லை. தமிழ் எழுதும் துறைகளிலும் தொழில்களிலும் உள்ளவர்கள் எப்போதும் கைவசம் வைத்துக் கொள்ளத்தக்க வழிகாட்டிக் கையேடா கவும் இந்நூல் பயன்படுவதற்கு உரியதாகும்.

3

தேவைக்குக் கொஞ்சம் இலக்கணம்

ஆழமான இலக்கணப் பயிற்சி இருந்தால் மட்டுமே தமிழ்ச் சொற் புணர்ச்சி இலக்கணத்தைப் பயின்று பயன்படுத்த முடியும் என்ற எண்ணம் இன்று தமிழ் எழுதுவோரிடையே பரவலாகக் காணப்படுகிறது. இக்காலத் தமிழ்மொழிக் கல்விப் பாடத்திட்டத்திலும், இலக்கண நூல்களிலும் இடம்பெற்றுள்ள சொற்புணர்ச்சி விதிகளைப் பயில முயல்வோருக்கு இத்தகைய எண்ணம் தோன்றுவதில் வியப்பில்லை.

ஈறுகெட்ட எதிர்மறைப் பெயரெச்சத்தில் வலிமிகும் என்பது நடப்பில் உள்ள சொற்புணர்ச்சி விதிகளுள் ஒன்று. இந்த விதியைப் பயன்படுத்த விழைபவருக்கு முதலில் இந்த விதியில் உள்ள அத்தனை இலக்கணக் கூறுகளும் தெரிந்திருத்தல் வேண்டும். ஈறு என்றால் என்ன? கெட்ட என்பதன் பொருளென்ன? எதிர்மறை என்பதன் விளக்கம் என்ன? பெயரெச்சம் என்பது எதைக் குறிக்கிறது? இத்தனை வினாக் களுக்கான விளக்கத்தையும் – அதாவது இத்தனை இலக்கணக் கூறுகளையும் – அறிந்தவர்தான் இந்த விதியைப் புரிந்துகொள்ள முடியும்; அப்புறந்தான் அவர் அதைப் பயன்படுத்தமுடியும்.

இந்த நூலில் தரப்படுகிற சொற்புணர்ச்சி விதிகள் அத்தகையவை அல்ல. ஆழமான இலக்கண அறிவு இல்லாத நிலையில் தமிழைப் பயன்படுத்துவோர் குறிப்பாக இதழியல் துறையில் பணியாற்றுவோர், எழுத்தாளர்கள் போன்றவர்கள், எளிதில் அறிந்து பயன்படுத்தும் அளவில் மிக எளியவையாக மறுசீரமைக்கப்பட்ட விதிகளே இந்த நூலில் இடம்பெற்றுள்ளன. இருப்பினும், அவற்றைப் புரிந்துகொள்ளு வதற்கும் சில அடிப்படை இலக்கணக் கூறுகளை அறிந்திருக்கத்தான் வேண்டும். அவை ஆழமானவை அல்ல; அதிகமானவையும் அல்ல. எளிய சில இலக்கணக் கூறுகள் மட்டுமே. அவை இங்கே விளக்கப் படுகின்றன.

சொற்புணர்ச்சியில் சொற்கள் சந்திக்கின்றன; முதற்சொல்லின் இறுதியிலும் அடுத்த சொல்லின் முதலிலும் உள்ள எழுத்துகளும்

சந்திக்கின்றன. இதனால், புணர்ச்சியில் எழுத்துகளின் சந்திப்பும் சொற்களின் சந்திப்பும் நிகழ்கின்றன. இதன்படி, சொற்புணர்ச்சியில் தொடர்புடைய அடிப்படை இலக்கணக் கூறுகள் எழுத்தும் சொல்லுந்தான். எனவே, இவற்றைப் பற்றி முதலில் தெரிந்துகொள்ளுவோம்.

எழுத்துகள்

தமிழ் எழுத்துகள், உயிரெழுத்து மெய்யெழுத்து உயிர்மெய்யெழுத்து ஆய்த எழுத்து என்ற நான்கு வகைகளாக வழங்குகின்றன; சுருக்கமாக உயிர், மெய், உயிர்மெய், ஆய்தம் எனப்படுகின்றன. இவற்றுள் உயிரும் மெய்யும் அடிப்படை எழுத்துகள். உயிரும் மெய்யும் சேர்த்து எழுதப்படும் வடிவந்தான் உயிர்மெய் எனப்படுகிறது. ஆய்தம் என்பது ஒற்றைத் தனி எழுத்து. இவை வரிவடிவம் உள்ள எழுத்துகள். குற்றியலுகரம் என்பது வரிவடிவம் இல்லாத எழுத்து. இடத்தைச் சார்ந்து தோன்றும் குறுகிய உகர ஒலியே குற்றியலுகரம் எனப்படுகிறது

உயிரெழுத்துகள்

தமிழில் 12 உயிரெழுத்துகள் உள்ளன; இவை சுருக்கமாக *உயிர்* என்று குறிக்கப்படும்.

அ, ஆ, இ, ஈ, உ, ஊ, எ, ஏ, ஐ, ஒ, ஓ, ஔ என்ற 12 எழுத்துகளும் உயிர்கள்.

இவற்றில் குறுகிய ஒலியுடைய 5 எழுத்துகள் குற்றெழுத்து என்றும் சுருக்கமாக *குறில்* என்றும் குறிக்கப்படும்.

குற்றெழுத்து (குறில்) 5: அ, இ, உ, எ, ஒ

நீண்டு ஒலிக்கும் 7 எழுத்துகள் நெட்டெழுத்துகள் என்றும் சுருக்கமாக *நெடில்* என்றும் குறிக்கப்படும்.

நெட்டெழுத்து (நெடில்) 7: ஆ, ஈ, ஊ, ஏ, ஓ, ஐ, ஔ

மெய்யெழுத்துகள்

தமிழில் 18 மெய்யெழுத்துகள் உள்ளன; இவை சுருக்கமாக *மெய்* என்று குறிக்கப்படும்.

க், ச், ட், த், ப், ற், ங், ஞ், ண், ந், ம், ன், ய், ர், ல், வ், ழ், ள் என்ற 18 எழுத்துகளும் மெய்கள்.

இவை எழுத்துகளது ஒலி அழுத்தத்தின்படி வல்லினம், மெல்லினம், இடையினம் என்ற 3 வகைப்படும். இவை சுருக்கமாக வலி, மெலி, இடை என்று குறிக்கப்படும்.

வல்லினம் (வலி)   6: க், ச், ட், த், ப், ற்
மெல்லினம் (மெலி)   6: ங், ஞ், ண், ந், ம், ன்
இடையினம் (இடை)   6: ய், ர், ல், வ், ழ், ள்

உயிர்மெய் எழுத்துகள்

உயிரும் மெய்யும் சொற்களில் தங்கள் வடிவிலேயே தனியாகவும் வரும்; உயிரும் மெய்யும் கலந்து உயிர்மெய் என்ற ஒரே எழுத்து வடிவிலும் வரும்.

க் என்பது மெய்; அ என்பது உயிர். க் + அ இரண்டும் சேர்ந்ததுதான் க. எனவே க என்ற எழுத்தில் க் என்ற மெய்யும் அ என்ற உயிரும் சேர்ந்துள்ளன. இதனால் க என்பது உயிர்மெய் எழுத்து எனப்படும். ஒவ்வொரு மெய்யுடனும் 12 உயிர் சேர்ந்து (1 x 12 =) 12 உயிர்மெய் எழுத்துகள் உருவாகும். இதுபோல 18 மெய்கள் 12 உயிர்களுடன் சேர்ந்து (18 x 12 =) 216 உயிர்மெய் எழுத்துகள் உருவாகும். உயிர்மெய் என்பது உயிரும்மெய்யும் சேர்த்து எழுதும் வடிவமே அன்றி தனி எழுத்து அன்று.

மெய் + உயிர் = உயிர்மெய்

க், க, கா, கி, கீ, கு, கூ, கெ, கே, கொ, கோ, கை, கௌ

மேலே க் என்ற மெய்யுடன் 12 உயிர்கள் சேர்ந்த 12 உயிர்மெய் எழுத்துகளின் வரிசை காட்டப்பட்டுள்ளது. இதுபோலவே மற்ற 17 மெய்களுடன் 12 உயிர்களும் சேர்வதால் மேலும் இதுபோன்ற 17 உயிர்மெய் எழுத்து வரிசைகள் உருவாகும். எனவே, மொத்தம் 18 மெய்களுக்கும் 18 எழுத்து வரிசைகள் உருவாகும். இதன்படி உயிர்மெய் எழுத்துகள் மொத்தம் (18 x 12 =) 216 ஆகின்றன.

ஆய்த எழுத்து

இஃது ஃ என்ற மூன்றுபுள்ளி வடிவில் எழுதப்படும் ஒற்றைத் தனி எழுத்து. இது மிகக் குறைவாகவே பயன்படுகிறது.

சொற்புணர்ச்சியில் நேரடியாகப் பங்குபெறும் எழுத்துகள்

இரண்டு சொற்கள் புணரும்போது, முதற்சொல்லின் இறுதி எழுத்தும் அடுத்த சொல்லின் முதல் எழுத்துந்தான் சந்திக்கின்றன. தமிழில் எல்லா எழுத்துகளும் சொல்லுக்கு முதலில் வருவதில்லை. இறுதியிலும் எல்லா எழுத்துகளும் வருவதில்லை. புணரும் இரண்டு சொற்களில், முதற் சொல்லின் இறுதி எழுத்தும், அடுத்த சொல்லின் முதல் எழுத்தும்

தேவைக்குக் கொஞ்சம் இலக்கணம் ~ 15

சந்திப்பதுதான் சொற்புணர்ச்சி. எனவே, சொற்புணர்ச்சி இலக்கணம் பயிலுமுன், சொற்களின் முதலில் வரக்கூடியவை எந்த எழுத்துகள் என்பதையும், சொற்களின் இறுதியில் வரக்கூடியவை எந்த எழுத்துகள் என்பதையும் அறிந்துகொள்ளுதல் வேண்டும்.

சொல்லுக்கு முதலில் வரும் எழுத்துகள்

1. உயிரெழுத்துகள் எல்லாம் (12) சொல்லுக்கு முதலில் வரும்

2. மெய்களில், க, ச, த, ப, ஞ, ந, ம, ய, வ என்ற 9 வரிசை முதலில் வரும்.

ட, ற, ங, ண, ன, ர, ல, ழ, ள என்ற 9 வரிசைகள் முதலில் வருவதில்லை.

3. ஆய்த எழுத்து சொல்லுக்கு முதலில் வாராது.

உயிரெழுத்துகள் சொல்லில் அ, ஆ, இ என்று உயிர்வடிவிலேயே வரும். மெய்யெழுத்துகள் க், ச், த் என்று புள்ளி வடிவில் சொல்லுக்கு முதலில் வரமாட்டா; க, கா, கி, கீ என்று உயிர்மெய் வடிவில்தான் வரும். எடுத்துக்காட்டாக, பகல் என்பதில் ப முதல் எழுத்து. ப என்பதில் ப், அ இரண்டும் உள்ளன. இவற்றுள் முதலில் இருப்பது ப் என்ற மெய்தான். எனவே ப முதலில் வந்தால் ப் முதலில் வந்ததாகத்தான் கொள்ளவேண்டும்.

சொல்லுக்கு இறுதியில் வரும் எழுத்துகள்

1 உயிரெழுத்துகள் எல்லாம் (12) சொல்லுக்கு இறுதியில் வரும்.

2. மெய்களில் ஞ், ண், ந், ம், ன், ய், ர், ல், வ், ழ், ள் என்ற 11 மட்டுமே சொல்லுக்கு இறுதியில் வரும்.

க், ச், ட், த், ப், ற் என்ற வல்லின மெய் ஆறும், ங் என்ற ஒரு மெல்லின மெய்யும் இறுதியில் வருவதில்லை.

ஞ், ந், வ் மூன்றும் பழைய இலக்கிய வழக்கில் சொல்லில் இறுதி எழுத்தாக வந்துள்ளன. ஆயினும், இன்றைய வழக்கில் இவை சொல்லுக்கு இறுதி எழுத்தாக வருவதில்லை.

மெய்யெழுத்துகள் ண், ன், ம் என்று புள்ளி வடிவில்தான் சொல்லுக்கு இறுதியில் வரும். உயிர்மெய் இறுதியில் வந்தால் அதிலுள்ள உயிர்தான் இறுதியில் வந்ததாகக் கொள்ளப்படும். எடுத்துக்காட்டாக வாழ்க என்பதில் க இறுதி எழுத்து. க என்பதில் க், அ இரண்டும் உள்ளன. இறுதியில் இருப்பது அ என்ற உயிர்தான். எனவே க இறுதியில் வந்தால் அ இறுதியில் வந்ததாகக் கொள்ளவேண்டும்.

முதலும் இறுதியும் உயிர் - மெய் இரண்டுதான்.

சொற்புணர்ச்சியைப் பொருத்தவரை சொல்லுக்கு முதலிலும் இறுதியிலும்

வரக்கூடிய எழுத்துகள் *உயிர், மெய்* என்ற இரு வகைகள்தான். உயிர்மெய் சொல்லுக்கு முதலிலும் இறுதியிலும் வரும். ஆனால் அப்படி அது வந்தால் முதலில் வரும்போது, மெய்யாகவும் இறுதியில் வந்தால் உயிராகவும் கொள்ளப்படும் என்பதை மேலே கண்டோம். ஆய்த எழுத்து முதலிலோ இறுதியிலோ வருவதில்லை. எனவே, புணர்ச்சியில் முதற்சொல்லின் இறுதி எழுத்தாகவும் அடுத்த சொல்லின் முதலெழுத்தாகவும் சந்திக்கும் எழுத்துகள் உயிர், மெய் ஆகிய இரண்டு மட்டுமே.

சொல்லுக்கு இடையில் அடுத்தடுத்து வாராத எழுத்துகள்

சொல்லுக்கு முதலிலும் இறுதியிலும் வரும் எழுத்துகளும் வாராத எழுத்துகளும் இருப்பது போலவே, இடையில் அடுத்தடுத்து வாராத எழுத்துகளும் உள்ளன. சொல்லுக்கு இடையில் உயிர் *அ, ஆ, இ* என்று உயிர்வடிவில் வரும் வாய்ப்பு இல்லை; அவை *க, கா, கி* என்று உயிர்மெய் வடிவில்தான் வரும்.

முதலாளி - த, லா என்ற 2 உயிர்மெய்களில் *அ, ஆ* என்ற உயிர்கள் சொல்லுக்கு இடையில் வந்தன.

மெய்யெழுத்துகள் *க, கா, கி* என்று உயிர்மெய் வடிவிலும் *க், ம், ன்* என்று புள்ளி வடிவிலும் சொல்லுக்கு இடையில் வரும்.

செம்பருத்தி - ம், த் என்ற இரண்டு மெய்கள் புள்ளிவடிவில் சொல்லின் இடையில் வந்தன.

ப (ப்அ), ரு (ர்உ) ப், ர் என்ற இரண்டு மெய்கள் உயிருடன் சேர்ந்து சொல்லின் இடையில் வந்தன.

இவற்றைப் பிரித்து எழுதினால், *ச்எ ம் ப்அ ர்உ த் த்இ* என்று அமையும். இப்படிப் பார்த்தால், இந்தச் சொல்லில், *ம்ப், த்த்* என இரண்டு இடங்களில் அடுத்தடுத்து மெய்கள் வந்துள்ளன. *ம்ப்* இரண்டும் அடுத்தடுத்து வரும்போது சேர்ந்து ஒலிப்பவை என்பதால் *மயங்கும் மெய்கள்* எனப்படுகின்றன. இதுபோலவே, *த்த்* இரண்டும் அடுத்தடுத்து வந்து சேர்ந்து ஒலிப்பவை என்பதால் *மயங்கும் மெய்கள்* எனப்படு கின்றன. இலக்கண மொழியில் இது மெய்ம்மயக்கம் எனப்படுகிறது.

மயங்காத மெய்கள் அடுத்தடுத்து வரும்போதுதான் அந்த மெய்கள் மயங்கும் எழுத்துகளாக மாறுகின்றன.

நல் + நூரல் = நன்னூரல்; ல்ந் மயங்காததால் அவை *ன்ன்* ஆக மாறின.

இந்தச் சொல்லின் இடையில் *ல்ந* என்ற இரண்டு மெய்கள் அடுத் தடுத்து வருகின்றன. இவை அடுத்தடுத்து வந்து சேர்ந்து ஒலிக்காதவை

என்பதால் மயங்காத மெய்கள் எனப்படும். இவை மயங்காதவை என்பதால்தான், சேர்ந்து ஒலிப்பதற்காக ல், ன்-ஆகவும், ந்ர, ன்ர-ஆகவும் திரிந்தன.

திரிபு புணர்ச்சி முறையைப் புரிந்துகொள்ளுவதற்காக, மயங்குகிற - மயங்காத மெய்கள் பற்றித் தெரிந்துகொள்ள வேண்டியுள்ளது. எனவே, திரிபு புணர்ச்சிக்குத் தேவையான அளவுக்கு மட்டும் இங்கு அவை பற்றிய விளக்கம் இடம்பெறுகிறது.

ம் - மெய்க்குப்பின் க, ச, த, ஞ, ந முதலெழுத்துகள் மயங்குவதில்லை; எனவே இவை வரும்போது ம் திரியும்.

ள் - மெய்க்குப்பின் த, ந, ஞ, ம முதலெழுத்துகள் மயங்குவதில்லை; எனவே இவை வரும்போது ஈறு அல்லது ஈறும் முதலும் திரியும்.

ல் - மெய்க்குப்பின் த, ந, ஞ, ம முதலெழுத்துகள் மயங்குவதில்லை; எனவே இவை வரும்போது ஈறு அல்லது ஈறும் முதலும் திரியும்.

ண் - மெய்க்குப்பின் த, ந முதலெழுத்துகள் மயங்குவதில்லை; எனவே இவை வரும்போது ஈறு அல்லது ஈறும் முதலும் திரியும்.

ன் - மெய்க்குப்பின் த, ந முதலெழுத்துகள் மயங்குவதில்லை; எனவே இவை வரும்போது ஈறு அல்லது ஈறும் முதலும் திரியும்.

சொற்கள்

சொற்கள் தமிழில் 4 வகையாகப் பிரிக்கப்படுகின்றன. எல்லாச் சொற்களும் இந்த 4 வகைகளில் அடங்கிவிடும்.

1. பெயர்ச்சொல்
2. வினைச்சொல்
3. இடைச்சொல்
4. உரிச்சொல்

பெயர்ச்சொல்

பொருள், இடம், காலம், தன்மை அல்லது பண்பு, உறுப்பு, செயல் அல்லது தொழில் போன்றவற்றுள் ஏதாவது ஒன்றைச் சுட்டிக்காட்டும் சொல் பெயர்ச்சொல் எனப்படும்.

வானம், மலை, புலி, மரம், பூ, வண்டி போன்றவை பொருளைக் குறிக்கும் பெயர்கள்.

நாடு, நகர், ஊர், திடல், சாலை, பள்ளம் போன்றவை இடத்தைக் குறிக்கும் பெயர்கள்.

ஆண்டு, மாதம், நாள், மணி, கோடை போன்றவை காலத்தைக் குறிக்கும் பெயர்கள்.

அன்பு, சினம், இரக்கம், வட்டம், கருமை, இனிப்பு போன்றவை பண்பைக் குறிக்கும் பெயர்கள்.

ஆட்டம், ஓட்டம், நடை, பாடல், பேச்சு போன்றவை செயலைக் குறிக்கும் பெயர்கள்.

தலை, கை, கால், கிளை, பூ, காய், கனி போன்றவை உறுப்பைக் குறிக்கும் பெயர்கள்.

உயர்திணைப் பெயர்/அஃறிணைப் பெயர்

பெயர் எதுவாயினும் அது சுட்டும் பொருளை ஒட்டி இரு திணை களாகப் பிரிக்கப்படும். மனிதரையும் மனிதரிலும் உயர்ந்த வானவரையும் இறைவனையும் குறிக்கும் பெயர் *உயர்திணைப் பெயர்* எனப்படும். உயர்திணை அல்லாத எல்லாப் பெயர்களும் *அஃறிணைப் பெயர்* எனப்படும்.

அரசன், அன்னை, ஆசிரியன், கவிஞன், சான்றோன், கடவுள் - இவை உயர்திணைப் பெயர்களாகும்.

வானம், கடல், மலை, புலி, மரம், செடி, கனி, வீடு, நூல் - இவை அஃறிணைப் பெயர்களாகும்.

விரவுப்பெயர் / பொதுப்பெயர்

சில பெயர்கள் உயர்திணைக்கும் அஃறிணைக்கும் பயன்படும் நிலையில் பொதுவாக வழங்குகின்றன. இந்த வகைப் பெயர்கள் இருதிணையும் விரவி வருவதாலும் பொதுவாக வருவதாலும் *விரவுப்பெயர்* அல்லது *பொதுப்பெயர்* என்று குறிக்கப்படும்.

தாய்சொல், தாய்ப்பறவை - இரு திணைக்கும் பொதுவானதால் தாய் விரவுப்பெயர் அல்லது பொதுப்பெயர்.

தந்தைபொருள், தந்தைப்புலி - இருதிணைக்கும் பொதுவானதால் தந்தை விரவுப்பெயர் அல்லது பொதுப்பெயர்.

மாற்றுப்பெயர்

வாக்கியங்களில் இயற்பெயருக்கு மாற்றாகப் பயன்படும் பெயர் *மாற்றுப்பெயர்* எனப்படும்.

மரம் புயலில் சாய்ந்துவிட்டது; அது அங்கே நெடுங்காலம் இருந்தது. – இதில், அது என்பது மரத்தைக் குறிக்க மாற்றுப்பெயராக வந்தது.

நாயும் பூனையும் கத்திக்கொண்டிருந்தன; அவை ஒன்றுக்கொன்று பகை. – இதில் அவை என்பது நாய்க்கும் பூனைக்கும் மாற்றுப்பெயரானது.

இளங்கோ இறுதியில் பேசினார்; அவர் சிறந்த பேச்சாளர். இதில், அவர் என்பது இளங்கோவைக் குறிக்க மாற்றுப்பெயராக வந்தது.

இது, இவை, இவள், இவர் போன்றவை எல்லாம் மாற்றுப் பெயர்களே. எது, எவை, எவர், யார் போன்ற சொற்கள் வேறு பெயர்களுக்கு மாற்றாகவே வருவதால் இவையும் மாற்றுப் பெயர்களே. மாற்றுப் பெயரை ஆங்கிலத்தில் pronoun என்று குறிக்கின்றனர்.

வினையாலணையும் பெயர்

வினை என்பது செயல். ஒரு செயலைச் செய்கிற காரணத்தால் செய்யும் பொருளுக்கு அந்தச் செயலை அல்லது அதைக் குறிக்கும் வினையைச் சார்ந்து கூறப்படும் பெயர் வினையாலணையும் பெயர் எனப்படும்.

அவன்தான் அடித்தவன் - அடித்த செயலைச் செய்ததால் அடித்தவன் என்ற பெயர் வந்தது.

பாலைக் குடித்தது எந்தப் பூனை? குடிக்கிற செயலைக் குறித்ததால் குடித்தது என்ற பெயர் வந்தது.

அடுத்துப் பேசுபவர் அவர்தான் - பேசும் செயலைக் குறித்ததால் பேசுபவர் என்ற பெயர் வந்தது.

அடித்தவன் என்பது அடி என்ற வினையையும், குடித்தது என்பது குடி என்ற வினையையும் பேசுபவர் என்பது பேசு என்ற வினையையும் சார்ந்து வந்ததால் இவை வினையாலணையும் பெயர் எனப்படும்.

வினைச்சொல்

செயலின் கால நிலையைக் குறிக்கும் சொல் வினைச்சொல் எனப்படுகிறது. பேசு, பேசி, பேச, பேசிய, பேசினான், பேசுகிறான், பேசுவான் என வரும் சொற்கள் எல்லாம் வினைச்சொற்களே. மேலும் எடுத்துக்காட்டுகள்:

வை, வைத்து, வைக்க, வைத்த, வைக்கிற, வைக்கும், வைத்தான், வைக்கிறான், வைப்பான்.

போ, போய், போக, போன, போகிற, போகும், போனான், போகிறான், போவான்.

வா, வந்து, வர, வந்த, வருகிற, வரும், வந்தான், வருகிறான், வருவான்.

ஓடு, ஓடி, ஓட, ஓடிய, ஓடுகிற, ஓடும், ஓடினான், ஓடுகிறான், ஓடுவான்.

ஓடு, ஓடிய, ஓடினான் போன்றவை வினைச்சொற்கள். ஆனால், ஓட்டம் என்பது வினைச்சொல் ஆகாது. அது செயலின் கால நிலையைக் குறிக்கவில்லை; மாறாக அந்தச் செயலுக்குப் பெயர் ஆனது. எனவே, ஓட்டம் என்பது பெயர்ச்சொல்லாகும்.

இதுபோல் போக்கு, வரவு, பேச்சு, பாடல், உறக்கம் போன்றவை செயலைக் குறிக்கும் பெயர்கள். எனவே இவை வினைச் சொற்கள் அல்ல; வினையை அல்லது செயலைக் குறிக்கும் தொழிற்பெயர்கள்.

வினையடிச்சொல்

வினைச்சொல்லின் ஆகச் சிறிய வடிவம் அதாவது அதற்குமேல் பிரிக்கமுடியாத சொல்லாக அமைந்த வடிவம் வினையடிச்சொல் எனப்படுகிறது. இது கட்டளையிடுகிற அல்லது ஏவுகிற வடிவத்தில் இருக்கும்.

போ, இரு, எடு, சொல், பார், உண், அடி, தூங்கு - இவை எல்லாம் வினையடிச்சொற்கள்.

வா, தா என்ற இரண்டு வினைச்சொற்களுக்கு மட்டும் ஏவல் வினைவடிவம் வினையடிச் சொல்லாகாது. இவற்றின் வினையடிச் சொற்கள் *வரு, தரு* ஆகியவை.

முற்று வினையும் எச்ச வினையும்

முற்று என்பது முடிந்தது அல்லது நிறைவுற்றது என்பதைக் குறிக்கும் சொல். ஒரு வினையைப் பற்றிய செய்தி நிறைவு பெற்றால் அதைக் குறிக்கும் வினைச்சொல் வினைமுற்று அல்லது முற்றுவினை எனப் படுகிறது.

தின்றது, தின்கிறது, தின்னும் - இவை செய்தி நிறைவு பெற்றதால் முற்றுவினைச் சொற்கள்.

தின்றான், தின்கிறான், தின்பான் - இவை செய்தி நிறைவு பெற்றதால் முற்றுவினைச் சொற்கள்.

எச்சவினை

மிஞ்சி இருப்பது மிச்சம் என்பதுபோல எஞ்சி இருப்பது எச்சம். ஒரு செயலை அல்லது வினையைப் பற்றிய செய்தி இன்னும் எஞ்சியிருப் பதைக் குறிக்கும் வினைச்சொல் எச்சவினை எனப்படுகிறது.

போய், போக, போன, போகிற, போகும் - செய்தி இன்னும் எஞ்சி இருப்பதால் இவை எச்சவினை.

சென்று, செல்ல, சென்ற, செல்கிற, செல்லும் - செய்தி இன்னும் எஞ்சி இருப்பதால் இவை எச்சவினை.

எதிர்மறைப் பொருளில் வந்தாலும் பொருள் எஞ்சிய வினைச் சொற்கள் எச்சவினைகள்தான்.

போகாமல், போகாத, போகா - இவை செயல் நடவாததைக் குறிக்கும் எச்சவினைகள். இவை எதிர்மறை எச்சவினை எனப்படும்.

வினையெச்சமும் பெயரெச்சமும்

எச்சவினை, வினையெச்சம் பெயரெச்சம் என இருவகைப்படும். ஓர் எச்சவினை, வினைச்சொல்லுடன் பொருள் நிறைவு பெறக்கூடியதாயின் வினையெச்சம் எனப்படும்; பெயருடன் பொருள் நிறைவு பெறக் கூடியதாயின் பெயரெச்சம் எனப்படும்.

போய்ச் சேர்ந்தான் - சேர்ந்தான் என்ற வினையுடன் நிறைவு பெறுவதால் போய் என்பது வினையெச்சம்.

போக நினைத்தான் - நினைத்தான் என்ற வினையுடன் நிறைவு பெறுவதால் போக என்பது வினையெச்சம்.

போகாமல் விட்டான் - விட்டான் என்ற வினையுடன் நிறைவு பெறுவதால் போகாமல் என்பது வினையெச்சம்.

போன பேருந்து - பேருந்து என்ற பெயருடன் நிறைவுபெறுவதால் போன என்பது பெயரெச்சம்.

போகிற போக்கு - போக்கு என்ற பெயருடன் நிறைவுபெறுவதால் போகிற என்பது பெயரெச்சம்.

போகும் ஊர் - ஊர் என்ற பெயருடன் நிறைவுபெறுவதால் போகும் என்பது பெயரெச்சம்.

போகாத வண்டி - வண்டி என்ற பெயருடன் நிறைவுபெறுவதால் போகாத என்பது பெயரெச்சம்.

போகாப் பயணம் - பயணம் என்ற பெயருடன் நிறைவுபெறுவதால் போகா என்பது பெயரெச்சம்.

வினையடையும் பெயரடையும்

ஒவ்வொரு பொருளும் ஏதாவது ஒரு செயலில் தொடர்புடையதாக இருக்கிறது. கண்ணாடி விழுந்தது, உடைந்தது என்கிறோம். விழுந்ததும் உடைந்ததும் கண்ணாடியின் செயல்களாகவே குறிக்கப்படுகின்றன. எனவே, உயிரற்ற பொருள் உட்பட எல்லாவற்றுக்கும் செயல்களில்

தொடர்பு உண்டு. இதுபோலவே ஒவ்வொரு பொருளுக்கும் சில இயல்புகள் உள்ளன. ஒரு பொருளின் செயல் நிலையைக் குறிப்பது வினைச்சொல் என்று முன்னரே அறிந்தோம். அதுபோல், ஒரு பொருளின் இயல்புநிலையை அல்லது குணநிலையைக் குறிப்பது *பண்புச்சொல்* எனலாம். இந்தப் பண்புச்சொல் முன்னாளில் வினைக்குறிப்பு அல்லது குறிப்புவினை எனப்பட்டது. இக்காலத்தில் அஃது எளிமை கருதிப் பண்புச்சொல் என்றே குறிக்கலாம். சுருக்கமாகச் சொன்னால், ஒரு பொருளின் செயல் நிலையை விளக்குவது வினைச்சொல்; பண்பு நிலையை விளக்குவது *பண்புச்சொல்*. செயலுக்குக் காலம் உண்டு; பண்புக்குக் காலம் இல்லை; எனவே, வினைச்சொல் காலங்காட்டும்; *பண்புச்சொல் காலங்காட்டாது.*

வினைச்சொல் போலவே, இந்தப் பண்புச்சொல்லுக்கும் முற்று, எச்சம் என்று இரு பிரிவுகள் உள்ளன.

ஓடினான் - முற்றுவினைச் சொல் - இறந்த காலம் காட்டியது.

ஓடி, ஓடிய - எச்சவினைச் சொல் - இறந்த காலம் காட்டின.

அழகியவன் - முற்றுப் பண்புச் சொல் - காலம் காட்டவில்லை.

அழகாய், அழகிய - எச்சப் பண்புச் சொல் - காலம் காட்டவில்லை.

எச்சவினைச் சொல்லை, அது வினையுடன் நிறைவுற்றால் வினை யெச்சம் என்றும் பெயருடன் நிறைவுற்றால் பெயரெச்சம் என்றும் வகைப்படுத்தினோம். இதுபோலவே, எச்சப் பண்புச் சொல்லையும், வினையுடன் நிறைவுற்றால் *வினைப் பண்பு எச்சம்* என்றும், பெயருடன் நிறைவுற்றால் *பெயர்ப் பண்பு எச்சம்* என்றும் வகைப்படுத்துதல் எளிதே யாகும்.

அழகாய் இருந்தாள் - இருந்தாள் என்ற வினைச்சொல்லுடன் முடிந்ததால் '*அழகாய்*' *வினைப் பண்பு எச்சம்.*

அழகிய மங்கை - மங்கை என்ற பெயர்ச்சொல்லுடன் முடிந்ததால் '*அழகாய்*' *பெயர்ப் பண்பு எச்சம்.*

இந்தப் பெயர்களை மேலும் எளிமைப்படுத்தி, வினைப்பண்பு எச்சத்தை வினையடை என்றும், பெயர்ப்பண்பு எச்சத்தைப் *பெயரடை* என்றும் இக்காலத்தில் குறிக்கிறார்கள். இதன்படி:

அழகாய் (இருந்தாள்) - வினைப் பண்பு எச்சம் அல்லது வினையடை.

அழகிய (மங்கை) - பெயர்ப் பண்பு எச்சம் அல்லது பெயரடை.

ஒப்பு நோக்கில் எடுத்துக்காட்டுகள்

எழுந்து பேசினார் - எழுந்து, வினையெச்சம்

எழுந்த பேச்சாளர் - எழுந்த, பெயரெச்சம்

இனிது பேசினார் - இனிது, வினையடை (வினைப்பண்பு எச்சம்)

இனிய பேச்சாளர் - இனிய, பெயரடை (பெயர்ப்பண்பு எச்சம்)

வினைச்சொல்லுக்கு விளக்கமாக வருபவை எல்லாம் வினையெச்சம் அல்லது வினையடை என்றோ, பெயர்ச்சொல்லுக்கு விளக்கமாக வருபவை எல்லாம் பெயரெச்சம் அல்லது பெயரடை என்றோ கருதிவிடக் கூடாது. அவை பெயராகவும் இருக்கலாம். எச்சவினை களும் பண்பு எச்சங்களும் தனி முழுப்பெயராக இருப்பதில்லை.

மேடையில் பேசினார் - மேடையில் என்பது இல் உருபு சேர்ந்து இடத்தைக் குறித்த பெயர்ச்சொல்.

மேடைப் பேச்சாளர் - மேடை என்பது உருபு இன்றி இடத்தைக் குறித்த பெயர்ச்சொல்.

மேடையை, மேடையால், மேடையுடன், மேடைக்கு, மேடையிலிருந்து, மேடையினது, மேடையில் என்ற சொற்களில் மேடை என்ற பெயருடன் ஐ, ஆல், உடன், கு, இலிருந்து, அது, இல் என்ற வேற்றுமை உருபுகள் சேர்ந்து வந்தன. இவை பெயருடன்தான் சேர்ந்து வரும். வேற்றுமை உருபுகள் ஒருபோதும் வினைச்சொற்களுடன் சேர்ந்து வரமாட்டா. ஆனால், வினையெச்சத்திலும் பெயரெச்சத்திலும் முதற்சொல் வினையாகவே இருக்கும். அடைகளில் முதற்சொல் பெயராக இருந்தாலும் ஆய், ஆக, ஆன என்ற துணைவினைச் சொற்கள் சேர்ந்துவரும்.

அழகாய், அழகாக - இவை வினையடைகள்

அழகான, தெளிவான - இவை பெயரடைகள்

இடைச்சொல்

தொடர்களில் அல்லது வாக்கியங்களில் வரும் பெயர்ச்சொற்கள், வினைச்சொற்கள் ஆகியவற்றின் இறுதியிலோ இடையிலோ வந்து பொருளைத் தெளிவுபடுத்தும் சொற்கள் இடைச்சொல் எனப்படு கின்றன. சுருக்கமாகச் சொன்னால், பெயர்ச்சொல்லும் வினைச் சொல்லும் அல்லாத சொற்கள் இடைச்சொற்கள் என்று கூறலாம். ஆயினும் அவற்றின் வகைப்பாட்டைக் கொஞ்சம் தெரிந்துகொள்ளுவது பயன்தரும்.

1. வேற்றுமை உருபுகள்

தமிழில் ஒரு பெயர்ச்சொல், செயல்களுடன் அதற்குரிய தொடர்பைப்

பொருத்து, 8 வடிவங்களில் வரலாம். நூல் என்ற பெயரைக் கொண்டு சில எடுத்துக்காட்டுகளைக் காணலாம்.

நூல் கிடைத்தது - இதில் நூல், மாற்றமின்றி அதே வடிவில் வந்தது.
நூலைப் படித்தேன் - இதில் நூல், ஐ உருபு சேர்ந்து வந்தது.
நூலால் அறிந்தேன் - இதில் நூல், ஆல் உருபு சேர்ந்து வந்தது.
நூலோடு சென்றேன் - இதில் நூல், ஓடு உருபு சேர்ந்து வந்தது.
நூலுக்கு விலை - இதில் நூல், கு உருபு சேர்ந்து வந்தது.
நூலிலிருந்து எடுத்தேன் - இதில் நூல், இலிருந்து உருபு சேர்ந்து வந்தது.
நூலினது உள்ளடக்கம் - இதில் நூல், அது உருபு சேர்ந்து வந்தது.
நூலில் கண்டேன் - இதில் நூல், இல் உருபு சேர்ந்து வந்தது.
நூலே! நூலே! - இதில் உருபு இல்லை; ஏ என்ற விளிச்சொல் சேர்ந்தது.

இவை எட்டும் பெயரின் வேறுபட்ட வடிவங்கள். இந்த வேறுபாடு தான் வேற்றுமை ஆனது. முதலாம் வேற்றுமைக்கும் எட்டாம் வேற்று மைக்கும் உருபு இல்லை. மேலே இரண்டு முதல் ஏழு வரை பெயரின் இறுதியில் வந்த சொற்கள் வேற்றுமை உருபுகள் எனப்படுகின்றன. வேற்றுமை உருபு பெயரில்தான் சேர்ந்து வரும். இந்த உருபுகள் ஒருவகை இடைச்சொற்கள் ஆகும்.

2. சாரியைகள்

சாரியைகள் என்பவை எளிமை, இனிமை, பொருள்தெளிவு ஆகிய நோக்கங்களைக் கருதிப் பெயர்ச் சொற்களில் வேற்றுமை உருபுக்கு முன் வரும். வேற்றுமை உருபுகள் இன்றியும் இவை வரலாம். இன், அம், அன், அத்து, வற்று ஆகியவை அதிகம் பயன்படும் சாரியைகள். இவையும் இடைச்சொற்களே.

நிலவு + இன் + ஐ = நிலவினைக் கண்டேன் - இன், சாரியை
புளி + அம் + காய் = புளியங்காய் - அம், சாரியை
ஒன்று + அன் + பால் = ஒன்றன்பால் - அன, சாரியை
மரம் + அத்து + இல் = மரத்தில் ஏறினான் - அத்து, சாரியை
பல + வற்று + கு = பலவற்றுக்குப் பயன்படும் - வற்று, சாரியை

3. பொருள்தரும் இடைச்சொற்கள்

1. ஆ, ஏ, ஓ, உம் என்ற சொற்கள் சொல்லின் இறுதியில் வந்து பலவகைப் பொருள் தருகின்றன.

அவன் + ஆ = அவனா சொன்னான்? - வினாப்பொருளைத் தந்தது

இவன் + ஏ = இவனே திருடன் - ஏ உறுதிப் பொருளைத்தந்தது

நான் + ஓ = நானோ செய்வேன் - செய்ய மாட்டேன் என்ற எதிர்மறைப் பொருளைத் தந்தது

தாய் + உம் + மகன் + உம் = தாயும் மகனும் வந்தனர் - உம், உடன் நிகழ்ச்சிப் பொருளைத் தந்தது

2. அ, இ என்ற எழுத்துகள் சுட்டுப் பொருளையும் எ என்ற எழுத்து வினாப் பொருளையும் தரும்

அ + பக்கம் = அப்பக்கம்

இ + பையன் = இப்பையன்

எ + காலம் = எக்காலம்

4. பிற இடைச்சொற்கள்

மற்று, ஓர் இடைச்சொல். வினையில் வந்து காலம் காட்டும் சொற்களும், எழுத்துகளை இணைக்கும் சந்தி எழுத்துகளும், இறுதியில் வந்து திணை, பால், இடம் காட்டும் பின்னொட்டுகளும் இடைச் சொற்களே.

மற்று + ஒன்று = மற்றொன்று

பார் + த் + த் + ஆன் - முதல் த் சந்தி; இரண்டாம் த் இறந்தகால இடைநிலை. ஆன் என்பது திணை பால் இடம் மூன்றும் காட்டியது.

உரிச்சொற்கள்

உரிச்சொற்கள் சொற்களை உருவாக்கிக் கொள்ள உதவும் சிறப்புவகை வேர்ச்சொற்களாகும். பெயர்ச்சொல்லாகவும் வினைச்சொல்லின் பல வடிவங்களாகவும் இவை பயன்படுகின்றன. தொல்காப்பியத்தில் உள்ள பட்டியலின்படி இவை மொத்தம் 120 சொற்களே. பிந்திய நூலான நன்னூலில் சேர்க்கப்பட்டவையும் அதிகமல்ல. இவை பெரும்பாலும் செய்யுள் வழக்குக்கு உரியவை. உரைநடையில் நேரடி யாகவும் பெயர், வினை வடிவங்களாகவும் இவை பயன்படுகின்றன. நேரடியாக உரை நடை வழக்கில் பயன்படுபவை தவ, தட, நனி, கடி, உறு போன்ற சிலவே.

தவ - மிகுதி - தவப்பெரிது

தட - பெருமை - தடக்கை

நனி - மிகுதி - நனிசிறப்பு

கடி - *மிகுதி, சிறப்பு, விரைவு எனப்பல* - *கடிமலர்*

உறு - *மிகுதி* - *உறுபொருள்*

மழ, குழ என்பவற்றிலிருந்து உருவானவை *மழலை, குழந்தை* போன்ற சொற்கள். *உவப்பு* (உவகை), *பசப்பு* (நிறம் மங்குதல்), *பயப்பு* (பயன்) போன்றவை அப்படியே பயன்படுகின்றன. *செழுமை* என்பது *செழிப்பு, செழித்த, செழிக்கும்* எனப் பெயராகவும் வினையாகவும் ஆளப்படுகிறது. *விழுமம்* என்பதும் *விழுப்பம், விழுமுதல், விழுமிய* எனப் பெயராகவும் வினையாகவும் ஆளப்படுகிறது. இவ்வாறே மற்ற உரிச்சொற்களும் பயன்படுகின்றன. உரிச்சொற்கள் பற்றி இவ்வளவு போதும்.

முற்றியலுகரமும் குற்றியலுகரமும்

உகரம் என்பது உ என்ற உயிரெழுத்தின் ஒலியைக் குறிக்கிறது. இந்த உகர ஒலி இதழ்களை நன்றாகக் குவித்து ஒலிக்கவேண்டிய ஒலியாதலால், இது சொல்லின் இறுதியில் வரும்போது இயல்பான மனிதச் சோம்பலின் காரணமாக சரியாக ஒலிக்கப்படுவதில்லை; இகரத்துக்கும் உகரத்துக்கும் இடைப்பட்ட நிலையில் அரைகுறையாகவே ஒலிக்கப்படுகிறது. சில சொற்களின் இறுதியில், சரியாக ஒலிக்காதது மட்டுமன்றி, உரிய கால அளவிலும் ஒலிப்பதில்லை. எனவே, இது வரும் இடத்தைப் பொருத்து, ஒலிக்கவேண்டிய கால அளவு முழுமையாக ஒலிப்பதும் உண்டு; ஒலிக்க வேண்டிய கால அளவில் பாதி அளவே ஒலிப்பதும் உண்டு. உரிய கால அளவு ஒலிக்கும் உகரம் முற்றியல் உகரம் (முழு அளவு ஒலிக்கும் உகரம்) என்றும், அதில் பாதி அளவே ஒலிக்கும் உகரம் குற்றியலுகரம் (குறுகிய அளவே ஒலிக்கும் உகரம்) என்றும் குறிப்பிடப்படுகிறது. இவற்றின் புணர்ச்சிமுறை வேறுபடுவதால் அறிந்துகொள்ள வேண்டுவதாகிறது.

முற்றியலுகரம்

1. சொல்லுக்கு முதலிலும் இடையிலும் வரும் உகரங்கள் எல்லாம் முழு அளவில் ஒலிக்கின்றன.

உரிமை குற்றம் முதுமை பசுமை - முதலிலும் இடையிலும் வந்த முற்றிய லுகரங்கள்.

2. தனிக்குறிலுக்குப்பின் இறுதி உகரங்கள் முழுஅளவில் ஒலிக்கின்றன.

உடு, மது, அணு, வழு - தனிக்குறிலுக்குப்பின் வந்த முற்றியலுகரங்கள்

3. மெல்லின இடையின மெய்களில் கலந்த உகரங்கள் எங்குவரினும் முழு அளவில் ஒலிக்கின்றன.

நுதல், முதல், மருதம், செழுமை, நாணு, இருமு - மெல்லின, இடையின முற்றியலுகரங்கள்.

இதனால் இந்த உகரங்கள் எல்லாம் முற்றியலுகரம் எனப் படுகின்றன.

குற்றியலுகரம்

1. தனி நெடிலுக்குப் பிறகும், இரண்டு எழுத்துகளுக்கு மேல் உடைய சொல்லிலும் இறுதியாக வரும் வல்லின மெய்யில் கலந்த உகரங்கள் அதாவது *கு, சு, டு, து, பு, று* ஆகியவை மட்டுமே பாதி அளவு ஒலிக் கின்றன. இதனால் இவை குற்றியலுகரம் எனப்படுகின்றன. சுருங்கக் கூறினால், குற்றியலுகரம் அல்லாதவை எல்லாம் முற்றியலுகரங்களே.

குற்றியலுகரத்தை அறிய எளிய முறைகள்

i. குற்றியலுகரம் சொல்லிறுதியில் *கு, சு, டு, து, பு, று* வடிவில் இருக்கும்.

ii. இரண்டெழுத்துச் சொல்லாயின் முதல் எழுத்து நெடிலாக இருத்தல் வேண்டும். இதன் இறுதியில் *கு, சு, சு, டு, து, பு, று* வந்தால் குற்றியலுகரம்.

iii. இரண்டெழுத்துகளுக்கு மேல் உடைய சொல்லாயின் அதன் இறுதியில் *கு, சு, டு, து, பு, று* இருந்தால் போதும்; அது குற்றியலுகரந்தான்.

நாடு, மாது, சோறு - இறுதியில் *கு, சு, டு, து, பு, று* ஆகியவற்றில் ஒன்று உள்ளது; இரண்டு எழுத்துச் சொல்லாய் இருந்தாலும் முதலெழுத்து நெடிலாக உள்ளது. இவற்றின் இறுதி உகரம் குற்றியலுகரந்தான்.

விறகு, முரசு, உப்பு, காற்று - இறுதியில் *கு, சு, டு, து, பு, று* ஆகியவற்றில் ஒன்று உள்ளது, சொற்களில் இரண்டுக்கும் அதிகமான எழுத்துகள் உள்ளன. எனவே, இவற்றின் இறுதி உகரம் குற்றியலுகரந்தான்.

நாணு - இரண்டு எழுத்துச் சொல்லில் முதல் எழுத்து நெடிலாயினும் இறுதியில் *கு, சு, டு, து, பு, று* ஆகியவற்றில் ஒன்று இல்லை; எனவே, இதன் இறுதி உகரம் குற்றியலுகரம் அன்று; முற்றியலுகரமே.

உருமு - இரண்டு எழுத்துகளுக்கு மேல் இருந்தாலும் சொல்லின் இறுதியில் *கு, சு, டு, து, பு, று* ஆகியவற்றில் ஒன்று இல்லை. எனவே, இதன் இறுதி உகரம் குற்றியலுகரம் அன்று; முற்றியலுகரமே.

மது, வடு, முசு - இறுதியில் *கு, சு, டு, து, பு, று* ஆகியவற்றில் ஒன்று இருந்தாலும், சொற்களில் இரண்டு எழுத்துக்கு மேல் இல்லை; முதல் எழுத்து தனி நெடிலாகவும் இல்லை. எனவே, இதன் இறுதி உகரம் குற்றியலுகரம் அன்று முற்றியலுகரமே.

ஆறுவகைக் குற்றியலுகரங்கள்

சொல்லுக்கு இறுதியிலேயே குற்றியலுகரங்கள் வருகின்றன. இவை முந்தியிருக்கும் எழுத்தைப் பொருத்து ஒலிப்பில் வேறுபடுகின்றன. இந்த ஒலிப்பு வேறுபாட்டுக்கு ஏற்ப இவற்றின் புணர்ச்சி முறையும் வேறுபடுவதால் இவ்வாறு வேறுபடும் வகைகளைத் தெரிந்துகொள்ள வேண்டியிருக்கிறது.

குற்றியலுகரத்துக்கு முந்திவந்த எழுத்து மெய்யாக இருந்தால், அது வல்லினமா, மெல்லினமா இடையினமா என்பது கருதப்படும். குற்றியலுகரத்துக்கு முந்திய மெய் வல்லினமாக இருந்தால் இறுதி உகரம் *வன்றொடர் குற்றியலுகரம்* எனப்படும்; முந்திய மெய் மெல்லின மாக இருந்தால் அது *மென்றொடர்க் குற்றியலுகரம்* எனப்படும்; முந்திய மெய் இடையினமாக இருந்தால் அது *இடைத்தொடர்க் குற்றியலுகரம்* எனப்படும்.

குற்றியலுகரத்துக்கு முந்திய எழுத்து ஆய்தமாக இருந்தால் அஃது *ஆய்தத் தொடர்க் குற்றியலுகரம்* எனப்படும்.

குற்றியலுகரத்துக்கு முந்தி வரும் எழுத்து உயிர்மெய்யாக இருந்தாலும் உயிர்மெய்யில் உள்ள உயிரே இறுதி உகரத்துக்கு நெருங்கியதாக இருப்பதால், அதற்கு முந்தியிருக்கும் எழுத்து உயிரென்றே கருதப்படும். இவ்வாறு அமைந்தது *உயிர்த்தொடர்க் குற்றியலுகரம்* எனப்படும். அதாவது உயிரைத் தொடர்ந்து வந்த குற்றியலுகரம் உயிர்த்தொடர்க் குற்றியலுகரம்.

இரண்டு எழுத்துச் சொல்லில் குற்றியலுகரத்துக்கு முந்திய எழுத்து நெடிலாகவே இருக்கும். இந்த நெடில் உயிராக இருந்தாலும் உயிர்மெய்யாக இருந்தாலும் அது நெடில் என்பதே கருதப்படும். இவ்வாறு அமைந்தது *நெடில் தொடர்க் குற்றியலுகரம்* எனப்படும். அதாவது தனி நெடிலுக்குப் பிறகு வரும் குற்றியலுகரம் நெடில் தொடர்க் குற்றியலுகரம்.

முத்து, பாக்கு - உகரத்துக்கு முந்தியது வல்லினமெய்; எனவே வன்றொடர்க் குற்றியலுகரம்.

பந்து, சாந்து - உகரத்துக்கு முந்தியது மெல்லின மெய்; எனவே மென்றொடர்க் குற்றியலுகரம்.

வீழ்து, மார்பு - உகரத்துக்கு முந்தியது இடையினமெய்; எனவே இடைத்தொடர்க் குற்றியலுகரம்.

எஃகு, கஃசு - உகரத்துக்கு முந்தியது ஆய்தம்; எனவே ஆய்தத் தொடர்க் குற்றியலுகரம்.

படகு, பயறு - உகரத்துக்கு முந்தியது உயிர்; எனவே உயிர்த்தொடர்க் குற்றியலுகரம்.

படகு > பட்அகு, பயறு > பய்அறு - உகரத்துக்கு முந்தியது உயிர்மெய் அன்று; உயிரே ஆகும்.

பாகு, நாடு - உகரத்துக்கு முந்தியது தனிநெடில்; எனவே நெடில் தொடர்க் குற்றியலுகரம்.

4

புணரிலக்கணக் கலைச்சொற்கள்

பொதுவாக ஒரு குறிப்பிட்ட துறையைப் பற்றிய செய்திகளை எழுதும்போது, அந்தத் துறைக்கே உரியனவாக ஏற்றுக்கொள்ளப்பட்ட சில சொற்களைக் கையாளுவதால் எழுதுபவருக்கு எழுதுவது எளிதாகும்; படிப்பவருக்குப் படிப்பதும் புரிவதுங்கூட எளிதாக இருக்கும். இலக்கணம் கற்பிப்பதிலும் இந்த முறையை நமது முன்னோர்கள் நெடுங்காலத்துக்கு முன்னிருந்தே கையாண்டு வந்துள்ளனர். ஓரிடத்தில் விளக்கிய ஓர் இலக்கணக் கூறு பற்றி மீண்டும் கூறும் இடங்களி லெல்லாம், அதே விளக்கத்தை மீண்டும் மீண்டும் சொல்லுவதைத் தவிர்ப்பதற்கு இந்தச் சொற்கள் உதவுகின்றன. இத்தகைய சொற்கள் கலைச்சொற்கள் எனப்படுகின்றன. இங்கே புணரிலக்கணம் தொடர் பான கலைச்சொற்கள் அனைத்தும் விளக்கப்படுகின்றன. அடுத்துவரும் புணரிலக்கணப் பாடங்களைப் பயிலுமுன்னர், இந்தப் புணரிலக்கணக் கலைச்சொற்களைப் பற்றிய விளக்கங்களைக் கூர்ந்து படித்து உள்வாங்கிக் கொள்ளுதல் வேண்டும். ஒருவேளை, இலக்கண விளக்கத்தையோ விதிகளையோ பயிலும்போது எதிர்ப்படும் யாதேனும் ஒரு கலைச்சொல்லை மறந்திருந்தாலும் அல்லது புரியாவிட்டாலும், மீண்டும் படித்துக் குறிப்பிட்ட அந்தக் கலைச்சொல்லைப் பற்றித் தெளிவு பெறுவதற்கும் இந்தப் பகுதி உதவும்.

தொடர்

தொடர்வது என்றால் முன்னே உள்ள ஒன்றுக்குப் பின்னே மற்றொன்று அடுத்துவந்து சேர்ந்துகொள்வது என்று கூறலாம். இதற்கு, முன்னே ஒன்றும் அதன் பின்னே தொடர்வதற்கு உரிய மற்றொன்றும் ஆக இரண்டு கூறுகள் தேவை. புணரிலக்கணம் என்பது சொற்கள் ஒன்றன் பின் மற்றொன்று தொடர்வதைப் பற்றியது. எனவே, புணரிலக்கணத்தில் தொடர் என்பது இருசொற்கள் முன்னும் பின்னுமாகத் தொடர்ந்து வந்து சேர்வதைக் குறிக்கிறது. தொடரில் எப்போதும் இரு தனிச்சொற்கள் வெளிப்படையாகத் தோன்றுவதில்லை. ஒரு தொடர் இரண்டு

தனிச்சொற்கள் சந்திக்கும் நிலையாகவும் இருக்கலாம். இரண்டு சொற்கள் ஒருசொல் போலச் சேர்ந்துள்ள நிலையையும் குறிக்கலாம். கீழ்க்காணும் இரண்டு எடுத்துக்காட்டுகளுமே தொடர் என்று குறிக்கத் தக்கவைதான்.

கண்ணில் நீர் - இருசொற்களைக் கொண்ட தொடர் என்பது வெளிப்படையாகத் தெரிகிறது

கண்ணீர் - ஒருசொல் போலத் தோன்றினாலும் கண், நீர் என்ற இரு சொற்கள் உள்ளன.

எனவே, தொடர் என்பது இரண்டு தனிச்சொற்கள் அடுத்தடுத்து இருக்கும் நிலையையும் இருசொற்கள் புணர்ந்து ஒருசொல் போலத் தோன்றுவதையும் குறிக்கலாம். சுருங்கச் சொன்னால் ஒரு தொடர் என்பது இரண்டு தனிச்சொற்களாகவோ, ஒருசொல் போலத் தோன்றும் இரண்டு சொற்களாகவோ இருக்கலாம்.

நிலைமொழியும் வருமொழியும்

ஒரு தொடர் என்பது இருசொற்கள் கொண்டது என்பதை மேலே கண்டோம். இலக்கணத்தில் சொல் என்பது மொழி என்ற சொல்லாலும் குறிக்கப்படுகிறது. எனவே, இங்கே மொழி என்பதற்குச் சொல் என்று பொருள் கொள்ளுதல் வேண்டும். ஒரு தொடரில் முன்னும் பின்னுமாக வரும் இரண்டு சொற்களில் முதலில் இருப்பது நிலைமொழி எனப் படுகிறது. அடுத்த சொல் வருமொழி எனப்படுகிறது. சுருக்கமாகச் சொன்னால், ஒரு தொடரில் முதலில் நின்றிருப்பது நிலைமொழி; அடுத்து வருவது வருமொழி. இந்த இரண்டும் சந்திக்கும் இடம் சந்தி என்று குறிக்கப்படுகிறது. இவ்வாறு தொடரில் சந்திக்கும் நிலைமொழியும் வருமொழியும் எப்போதும் ஒன்றுக்கு மேற்பட்ட எழுத்துகளைக் கொண்ட சொல்லாகவே இருப்பதில்லை. சொல்லாகக் கருதப்படாத ஒரு தனி எழுத்தும் நிலைமொழியாக வரலாம்.

தமிழ் + நூல் - இதில் தமிழ், நிலைமொழி; நூல், வருமொழி

அ + பக்கம் - இதில் அ என்ற சுட்டெழுத்து நிலைமொழியானது.

ஈற்றெழுத்தும் முதலெழுத்தும் - ஈறும் முதலும்

ஈறு + எழுத்து = ஈற்றெழுத்து. இதில் ஈறு என்பது இறுதி என்ற பொருள் கொண்ட சொல். எனவே இது சுருக்கமாக ஈறு என்றும் குறிக்கப் படுகிறது. புணரிலக்கணத்தில் இது புணரும் சொல்லின் இறுதி எழுத்தைக் குறிக்கிறது. நிலைமொழி ஈறு என்பது நிலைமொழியாக வந்த சொல்லின் இறுதி எழுத்தைக் குறிக்கிறது.

முதல் + எழுத்து = முதலெழுத்து. இதில் முதல் என்ற சொல் முந்தி இருப்பது என்ற பொருள் கொண்ட சொல். எனவே இது சுருக்கமாக முதல் என்றும் குறிக்கப்படுகிறது. புணரிலக்கணத்தில் இது புணரும் சொல்லின் முதல் எழுத்தைக் குறிக்கிறது.

தமிழில் உயிர், மெய், உயிர்மெய், ஆய்தம் என்ற நால்வகை எழுத்துகள் இருந்தாலும், சொற்களில் முதல் எழுத்தாகவோ இறுதி எழுத்தாகவோ வருபவை உயிர், மெய் ஆகிய இரண்டு எழுத்துகள்தான் என்பதை இலக்கணம் பற்றிய பகுதியில் அறிந்தோம். ஃ என்ற வடிவிலான ஆய்த எழுத்து முதலிலோ இறுதியிலோ வருவதில்லை. உயிர்மெய் என்ற எழுத்து, சொற்களின் முதலிலும் இறுதியிலும் வருவதாகத் தோன்றினாலும், அதில் உயிர், மெய் என்ற இரண்டு எழுத்துகளும் கலந்திருப்பதால், அதனைப் புணரிலக்கணத்தில் ஓர் எழுத்தாக கொள்ளுவதில்லை.

சொல்லின் முதலில் க என்ற உயிர்மெய் இருந்தால், அதில் க்அ என்று முதலில் க் என்ற மெய்யும் அடுத்து அ என்ற உயிரும் சேர்ந்திருப்பதால், அவற்றுள் முந்தி அல்லது முதலில் இருக்கிற க் என்ற மெய்யே அந்தச் சொல்லின் முதலெழுத்தாகக் கொள்ளப்படுகிறது. க என்ற இதே உயிர்மெய் சொல்லின் இறுதியில் இருந்தால், அதில் சேர்ந்திருக்கும் க்அ என்ற இரண்டு எழுத்துகளில் அ என்ற உயிரே பிந்தி அல்லது இறுதியில் இருப்பதால், அதுவே அந்தச் சொல்லின் இறுதி எழுத்தாகக் கொள்ளப் படுகிறது. சுருக்கமாகச் சொன்னால், உயிர்மெய் எழுத்து, சொல்லின் முதலில் வந்தால் அதிலுள்ள மெய்யே முதலெழுத்தாகும்; சொல்லின் இறுதியில் வந்தால் அதிலுள்ள உயிரே இறுதி எழுத்தாகும்.

கற்க - முதலில் உள்ள க-வில், க்அ இருப்பதால், முந்தியுள்ள க் என்ற மெய்யே முதல் எழுத்தாகும்.

கற்க - இறுதியில் உள்ள க-வில், க்அ இருப்பதால், பிந்தியுள்ள அ என்ற உயிரே இறுதி எழுத்தாகும்.

விழி - முதலில் உள்ள வி-யில், வ்இ இருப்பதால், முந்தியுள்ள வ் என்ற மெய்யே முதல் எழுத்தாகும்.

விழி - இறுதியில் உள்ள ழி-யில், ழ்இ இருப்பதால், பிந்தியுள்ள இ என்ற உயிரே இறுதி எழுத்தாகும்.

சொல்லின் முதலில் உயிரெழுத்து, உயிர்மெய் வடிவில் அல்லாமல், அ, ஆ, இ என்பவை போலத் தன் உயிர்வடிவிலேயே வந்தால் அந்த உயிரே முதல் எழுத்தாகக் கொள்ளப்படும்.

அலை - முதலில் அ என்ற உயிர் தன் உயிர்வடிவிலேயே வந்ததால் அந்த அ-வே முதல் எழுத்தாகும்.

இடி - முதலில் இ என்ற உயிர் தன் உயிர்வடிவிலேயே வந்ததால் அந்த இ-யே முதல் எழுத்தாகும்.

சொல்லின் இறுதியில் மெய்யெழுத்து, உயிர்மெய் வடிவில் அல்லாமல், *ம், ன், ய்* என்பவை போலத் தன் மெய்வடிவிலேயே வந்தால், அந்த மெய்யே இறுதி எழுத்தாகக் கொள்ளப்படும்.

மான் - இறுதியில் *ன்* என்ற மெய் தன் மெய்வடிவிலேயே வந்ததால் அந்த *ன்*-னே இறுதி எழுத்தாகும்.

கல் - இறுதியில் *ல்* என்ற மெய் தன் மெய்வடிவிலேயே வந்ததால் அந்த *ல்*-லே இறுதி எழுத்தாகும்.

சுருங்கச் சொன்னால், சொல்லின் முதலில் உயிர், உயிர் வடிவிலேயே வந்தால் அந்த உயிரே *முதல்* எழுத்தாகும்; சொல்லின் இறுதியில் மெய் தன் மெய்வடிவிலேயே வந்தால் அந்த மெய்யே *இறுதி* எழுத்தாகும்.

குறிலும் நெடிலும்

அ, இ, உ, எ, ஒ என்ற ஐந்தும் குறுகி ஒலிப்பதால் குற்றெழுத்துகள் என்றும் அவை சுருக்கமாகக் *குறில்* என்றும் குறிக்கப்படும் என்பது இலக்கணம் பற்றிய பாடத்தில் விளக்கப்பட்டது. இந்த உயிர்கள் மட்டுமன்றி, இந்த உயிர்கள் மெய்யுடன் கலந்து *க, கி, கு, கெ, கொ* என வரும் உயிர்மெய்களும் குறில்களே ஆகும். இது போலவே, *ஆ, ஈ, ஊ, ஏ, ஓ, ஐ, ஔ* என்ற ஏழும் நீண்டு ஒலிப்பதால், நெட்டெழுத்துகள் என்றும் சுருக்கமாக *நெடில்* என்றும் குறிக்கப்படும் என்ற விளக்கமும் இலக்கணப் பகுதியில் இடம்பெற்றது. இவையும், உயிர் வடிவில் மட்டுமன்றி, மெய்யுடன் கலந்து *கா, கீ, கூ, கே, கோ, கை, கௌ* என உயிர்மெய் வடிவில் வந்தாலும் அவை நெட்டெழுத்துகளே (நெடில்கள்) ஆகும்.

தனிக்குறில் (தனிக் குற்றெழுத்து)

மேலே விளக்கப்பட்ட குற்றெழுத்துகள் அல்லது குறில்கள், புணரும் தொடரில் ஒற்றைத் தனி எழுத்து வடிவில் நிலைமொழியாக வருவதுண்டு. இவ்வாறு வரும் குறில், *தனிக்குறில்* எனப்படும். இந்தத் தனிக்குறில் உயிர் வடிவிலோ உயிர்மெய் வடிவிலோ வரலாம்.

அ + பையன் - *அ* என்ற ஒற்றைக் குறில் நிலைமொழியாக வந்தது. இது தனிக்குறில் நிலைமொழி எனப்படும்.

மு + கனி - *மு* என்ற ஒற்றைக் குறில் நிலைமொழியாக வந்தது. இது தனிக்குறில் நிலைமொழி எனப்படும்.

எ + ஊர் - எ என்ற ஓற்றைக்குறில் நிலைமொழியாக வந்தது; இது தனிக்குறில் நிலைமொழி எனப்படும்.

இணைக்குறில்

இரண்டு குறில்கள் இணைந்து, நிலைமொழியாக வருவதுண்டு. இவ்வாறு இருகுறில்கள் இணைந்த வடிவம் *இணைக்குறில்* எனப்படும். இவை உயிர்வடிவிலோ உயிர்மெய் வடிவிலோ இருக்கலாம்.

கனி + சுவை - க, னி என்ற இருகுறில்கள் நிலைமொழியாக வந்தன. இஃது இணைக்குறில் நிலைமொழி எனப்படும்.

மது + குடம் - ம, து என்ற இருகுறில்கள் நிலைமொழியாக வந்தன. இஃது இணைக்குறில் நிலைமொழி எனப்படும்.

குறில்மெய்

கல், மெய், பொன் போன்ற சொற்கள் முதலில் குறிலும் அடுத்து ஒரு மெய்யுமாக இரண்டே எழுத்துகளில் அமைந்துள்ளன. சுருக்கமாகச் சொன்னால், குறிலும் மெய்யும் சேர்ந்து ஒரு சொல்லாக வந்துள்ளது. இப்படி அமைந்த நிலைமொழி குறில்மெய் நிலைமொழி எனப்படும்.

கல் + சிலை - கல், குறிலும் மெய்யும் சேர்ந்த சொல் நிலைமொழியாக வந்தது. இது குறில்மெய் நிலைமொழி எனப்படும்.

பொன் + குடம் - பொன், குறிலும் மெய்யும் சேர்ந்த சொல் நிலை மொழியாக வந்தது. இது குறில்மெய் நிலைமொழி எனப்படும்.

ஓரெழுத்துச் சொல்

தமிழில், தனி எழுத்தேகூடப் பொருள்தரும் சொல்லாக வருவதுண்டு. இவ்வாறு ஒரு தனி எழுத்தே சொல்லாக வந்தால் அஃது *ஓரெழுத்துச் சொல்* எனப்படும். இந்த எழுத்துகள் உயிராகவோ உயிர்மெய்யாகவோ இருக்கலாம். இது போலவே இரண்டு எழுத்துகள் பொருள்தரும் சொல்லாக வந்தால் அந்தச் சொல் *ஈரெழுத்துச் சொல்* எனப்படும்.

இரண்டு எழுத்துகளுக்கு மேல் உடைய சொற்கள் இலக்கணத்தில் *தொடர்மொழி* என்று குறிக்கப்படுகிறது. எனினும், எளிமை கருதி இந்த நூலில் அந்தச் சொற்கள் 'இரண்டு எழுத்துகளுக்கு மேல் உடைய சொல்' என்று விளக்கமாகவே குறிக்கப்படுகிறது.

ஆ (பசு), ஈ (சிறு பூச்சி), ஊ (தசை) - இவை போல ஓரெழுத்தில் வருபவை ஓரெழுத்துச் சொற்கள்.

நிலா, வழி, கலை, கரு, பனி - இவை போல ஈரெழுத்துகளில் வருபவை ஈரெழுத்துச் சொற்கள்.

குற்றியலுகரமும் முற்றியலுகரமும்

ஒரு தனிநெடிலுக்குப் பிறகோ, இரண்டு எழுத்துகளுக்கு மேல் உடைய சொல்லின் இறுதியிலோ வருகிற கு, சு, டு, து, பு, று என்ற வல்லின உயிர்மெய் உகரங்கள் *குற்றியலுகரம்* எனப்படும். இது, இந்த உகரத்துக்கு முந்தி வரும் எழுத்தின் ஒலியைச் சார்ந்து ஆறு வகைப் படும். குற்றியலுகரம் அல்லாத உகரங்கள் எல்லாம் *முற்றியலுகரங்கள்* எனப்படும். இலக்கணப் பகுதியில் இதுபற்றி விரிவான விளக்கம் இடம்பெற்றுள்ளது.

பெயர்ச்சொல் / வினைச்சொல் / இடைச்சொல் / உரிச்சொல்

பெயர்ச்சொல், வினைச்சொல், இடைச்சொல், உரிச்சொல் ஆகிய நால்வகைச் சொற்கள் பற்றி இலக்கணப் பகுதியில் விரிவான விளக்கம் இடம்பெற்றுள்ளது.

உயர்திணைப் பெயர் / அஃறிணைப் பெயர் / பொதுப்பெயர்

பெயர்கள், உயர்திணைப் பெயர் - அஃறிணைப் பெயர் என இரு வகைப்படுவது பற்றியும், இந்த இரு திணைகளுக்கும் பொதுவாக வருபவை விரவுப்பெயர் அல்லது பொதுப்பெயர் எனப்படுவது பற்றியும் இலக்கணப் பகுதியில் விரிவான விளக்கம் இடம்பெற்றுள்ளது.

மை ஈற்றுப் பண்புப் பெயர்

ஒருமை, இருமை என்பன போல் எண்களின் தன்மையைக் குறிக்கும் பெயர்களும் கருமை, செம்மை, அருமை, பெருமை போன்று பண்பைக் குறிக்கும் பெயர்களும் மை என்ற ஈற்றெழுத்துடன் முடிவதால் *மை ஈற்றுப் பண்புப்பெயர்* எனப்படும். மற்ற பண்புப்பெயர்களிலிருந்து இவற்றின் புணர்ச்சி மாறுபடுவதால், தனியே பிரித்துக் கூறப்படுகின்றன.

மாற்றுப்பெயர்

அது, இது, எது, அவை, இவை, யாவை, அவன், இவன், எவன், அவர், இவர், எவர் என்பன போன்ற பெயர்ச்சொற்கள், வாக்கியங்களில் இயற்பெயர்களுக்கு மாற்றாக வருவதால் *மாற்றுப்பெயர்* எனப் படும். இதுபற்றிய விரிவான விளக்கம் இலக்கணப் பகுதியில் இடம் பெற்றுள்ளது. அடுத்துவரும் வினையாலணையும் பெயரும் மற்றொரு பெயருடைய ஒன்றையே குறிக்கக்கூடியது என்பதால், இதனையும்

மாற்றுப்பெயர்களில் சேர்த்துக்கொள்ளலாம். இதனால் விதிகளை மனனம் செய்வது எளிதாகும்.

வினையாலணையும் பெயர்

வந்தது, சொன்னவை, ஆடியவள், பேசியவர்கள் என்பவை போல, வினைச்சொல்லைச் சார்ந்து அதைச் செய்தவருக்குக் கூறப்படும் பெயர் வினையாலணையும் பெயர். மேற்கூறியவாறு இதையும் மாற்றுப் பெயர்களில் சேர்த்துக்கொள்வதில் தவறில்லை. இலக்கணப் பகுதியில் விளக்கம் காண்க.

கூட்டுவினைப்பெயர் (புதிய கலைச்சொல்)

இஃது இந்த நூலிலுள்ள புதிய விதிகளுக்காக உருவாக்கப்பட்ட புதிய கலைச்சொல். எனவே இதனை நன்கு புரிந்துகொள்ளுதல் வேண்டும்.

வெட்டு என்பது வெட்டுகிற செயலைப் பொதுவாகக் குறிக்கும் வினைச்சொல். இதற்குமுன் ஒரு பெயரை இணைத்து, இதனைக் குறிப்பிட்ட பொருளை வெட்டுகிற செயலைக் குறிக்கும் வினைச் சொல்லாக்கலாம். நகம்வெட்டு என்ற தொடர், வெட்டு என்ற பொதுவான செயலை, நகம்வெட்டு என்ற குறிப்பிட்ட செயலைக் குறிக்கும் வினைச்சொல்லாக மாற்றியுள்ளது. மண்வெட்டு என்பதும் இதேபோல் முன்னே மண் என்ற பெயரைச் சேர்த்து உருவாக்கிய புதிய வினைச்சொல்தான். இவ்வாறு பொதுவான ஒரு வினைச் சொல்லுக்குமுன் ஒரு பெயரைக் கூட்டி அதாவது சேர்த்து உருவாக்கும் புதிய வினைச்சொல்லைக் கூட்டுவினை என்ற பெயரால் குறிக்கலாம்.

வெட்டு என்பது பொதுவினை; நகம்வெட்டு, மண்வெட்டு என்பவை அதன் கூட்டுவினைகள்.

தாங்கு என்பது பொதுவினை; சுமைதாங்கு, இடிதாங்கு என்பவை அதன் கூட்டுவினைகள்.

பெருக்கு என்பது பொதுவினை; உருப்பெருக்கு, ஒலிபெருக்கு என்பவை அதன் கூட்டுவினைகள்.

வெட்டு, தாங்கு என்ற பொதுவினைச் சொற்களில் இ என்ற எழுத்தைச் சேர்த்து வெட்டி, தாங்கி என்ற பொதுக் கருவிப்பெயரை உருவாக்கலாம். இதுபோலவே, குறிப்பிட்ட செயல்களைக் குறிக்கும் கூட்டுவினைகளிலும் இ அல்லது இதுபோன்ற பின்னொட்டுகளைச் சேர்த்துக் கூட்டுவினைப் பெயர்களை உருவாக்கலாம். நகம்வெட்டு என்பதில் இ சேர்த்து நகம்வெட்டி ஆக்கலாம்; மண்வெட்டு என்பதில் இ சேர்த்து மண்வெட்டி ஆக்கலாம். இவ்வாறு, கூட்டுவினையில்

பின்னொட்டுச் சேர்த்து உருவாக்கும் பெயர் கூட்டுவினைப் பெயர் எனப்படுகிறது.

நகம்வெட்டு	+	இ	=	நகம்வெட்டி	-	கூட்டுவினைப் பெயர்
மண்வெட்டு	+	இ	=	மண்வெட்டி	-	கூட்டுவினைப் பெயர்
சுமைதாங்கு	+	இ	=	சுமைதாங்கி	-	கூட்டுவினைப் பெயர்
இடிதாங்கு	+	இ	=	இடிதாங்கி	-	கூட்டுவினைப் பெயர்
உருப்பெருக்கு	+	இ	=	உருப்பெருக்கி	-	கூட்டுவினைப் பெயர்
ஒலிபெருக்கு	+	இ	=	ஒலிபெருக்கி	-	கூட்டுவினைப் பெயர்

கூட்டுவினைப்பெயர்கள், கூட்டுவினை எப்படிப் புணர்ந்திருந்ததோ அப்படியேதான் இருக்கும்.

உருப்பெருக்கு - கூட்டுவினை வலிமிகுந்தது; எனவே உருப்பெருக்கி என்ற கூட்டுவினைப் பெயரும் வலிமிகுந்தே வருகிறது.

ஒலிபெருக்கு - கூட்டுவினை வலிமிகவில்லை; எனவே ஒலிபெருக்கி என்ற கூட்டுவினைப் பெயரும் வலிமிகவில்லை.

இவற்றை உரு + பெருக்கி என்பதுபோல் இருசொற்களாகக் கொண்டு புதிதாகப் புணர்த்தலாகாது. கூட்டுவினைப் பெயர், அவற்றுக்கு மூலமான கூட்டுவினைகள் புணர்ந்த நிலையிலேயே புணர்ந்திருக்கும். அவற்றை இருசொற்களாகக் கொண்டு மீண்டும் புணர்க்க வேண்டுவதில்லை.

அடைப் பெயரும் அடுக்குப்பெயரும் (புதிய கலைச்சொற்கள்)

அடுக்குத்தொடர் என்பது பெயர், வினை, இடைச்சொல், உரிச்சொல் ஆகியவற்றின் அடுக்கைப் பொதுவாகக் குறிக்கும். இங்குக் கூறப் படுவது பெயரும்பெயரும் மட்டுமே அடுக்கிவருவது.

தமிழில், இருபெயர்கள் அடுத்தடுத்து வரும் தொடரை இரண்டே வகைகளில் அடக்கிவிடலாம். இரண்டு பெயர்கள் ஒன்றுக்கொன்று பொருள்தொடர்புடன் சேர்ந்து வருவது ஒன்று; மற்றொன்று, இரண்டு பெயர்கள் தங்களுக்குள் பொருள்தொடர்பின்றி அடுக்கி வருவது.

பொருள் தொடர்புடன் அடுத்தடுத்துவரும் இரண்டு பெயர்களில் முந்திய பெயர் பிந்திய பெயரைப் பற்றி விளக்குவதாகவே எப்போதும் அமைந்திருக்கும். சுருக்கமாகச் சொன்னால் முந்திய பெயர் பிந்திய பெயருக்கு அடையாக வந்திருக்கும். இதனால், அடையாக வந்துள்ள முந்திய பெயர் அடைப்பெயர் எனப்படும். இந்த இரண்டு பெயர்களும் சேர்ந்த தொடர், அடைப்பெயர்த்தொடர் எனப்படும்.

பணம் + பை = பணப்பை - என்ன பை? பணத்தை வைக்கும் பை. பணம், பைக்கு அடை

மரம் + பெட்டி = மரப்பெட்டி - என்ன பெட்டி? மரத்தால் செய்த பெட்டி; மரம், பெட்டிக்கு அடை

தலை + பாகை = தலைப்பாகை - என்ன பாகை? தலைக்கு கட்டும் பாகை; தலை, பாகைக்கு அடை

மலை + தேன் = மலைத்தேன் - என்ன தேன்? மலையிலிருந்து எடுத்த தேன்; மலை தேனுக்கு அடை

கிளி + சிறகு = கிளிச்சிறகு - என்ன சிறகு? கிளியினது சிறகு; கிளி, சிறகுக்கு அடை

கடல் + மீன் = கடல்மீன் - என்ன மீன்? கடலில் வாழும் மீன்; கடல், மீனுக்கு அடை

அல்லி + பூ = அல்லிப்பூ - என்ன பூ? அல்லி என்ற பூ; அல்லி, பூவுக்கு அடை

பூ + விரல் = பூவிரல் - என்ன விரல்? பூவைப் போன்ற விரல்; பூ விரலுக்கு அடை

மலர் + கை = மலர்க்கை - என்ன கை? மலரைப் போன்ற கை; மலர் கைக்கு அடை

பொருள் தொடர்பின்றி அடுத்தடுத்து வரும் இருபெயர்கள் இருவேறு பெயர்களாக இருக்கலாம். ஒரே பெயர் இருமுறை அடுக்கியும் வரலாம். இதனால், இவற்றுள் முதற்பெயர் அடுக்குப்பெயர் எனப்படும்; இந்த இரு பெயர்களும் சேர்ந்த தொடர் அடுக்குப்பெயர்த் தொடர் எனப்படும்.

காய்கறி - காயும் கறியும்; பொருள் தொடர்பில்லை

வெற்றிதோல்வி - வெற்றியும் தோல்வியும்; பொருள்தொடர்பில்லை

புலிபுலி - ஒரே பெயர் இருமுறை வந்தது; பொருள்தொடர்பில்லை

பேய்பேய் - ஒரே பெயர் இருமுறை வந்தது; பொருள்தொடர்பில்லை

எண்ணுப் பெயர்

தனி எண்களைக் குறிக்கும் பெயரும், பல எண்களைச் சேர்த்துக் குறிக்கும் பெயரும் எண்ணுப் பெயர் எனப்படும். ஒன்று, இரண்டு, மூன்று, நான்கு - இவை தனி எண்களைக் குறிக்கும் எண்ணுப் பெயர்கள்; இருநூறு, முந்நூறு, நானூறு - இவை இரண்டு எண்களைச் சேர்த்துக் குறிக்கும் எண்ணுப்பெயர்கள்.

திசைப்பெயர்

நான்கு திசைகளையும், எட்டுக் கோணத் திசைகளையும் குறிக்கும் பெயர்கள் *திசைப்பெயர்* எனப்படும்.

வடக்கு, தெற்கு, மேற்கு, கிழக்கு - இவை 4 அடிப்படைத் திசைகளைக் குறிக்கும் பெயர்கள்.

வடமேற்கு, தென்கிழக்கு - இவை கோணத் திசைகளைக் குறிக்கும் பெயர்கள்.

வினையடிச்சொல் / வினையெச்சம் / பெயரெச்சம்

வினையடிச்சொல், வினையெச்சம், பெயரெச்சம், வினையடை, பெயரடை ஆகியவை பற்றி இலக்கணப் பகுதியில் விரிவான விளக்கம் இடம்பெற்றுள்ளது.

5
சொற்புணர்ச்சி முறைகள்

சொற்கள் சேர்த்து ஒலிக்கப்படும்போது, அவை மாற்றமின்றி அப்படியே ஒலிக்கலாம்; மாற்றத்துக்கும் உட்படலாம் என்பது முன்னரே விளக்கப் பட்டது. அவற்றில் மாற்றம் நேரும்போது, அந்த மாற்றம் ஒரே மாதிரியாக இருப்பதில்லை. சொற்களின் ஒலிகளுக்கு ஏற்பவும் நாம் கருதும் பொருளுக்கு ஏற்பவும் மாற்றங்கள் வேறுபடுகின்றன. அவை இயல்பாகப் புணர்ந்தாலும் புணர்ச்சியால் மாற்றம் எதுவும் நிகழ்ந்தாலும் புணரும் இருசொற்கள் சேர்ந்து ஒலிக்கும் நிலையே புணர்ச்சி முறை எனப்படுகிறது.

மா + மரம் > மா + மரம் = மாமரம் - மாற்றம் இல்லை
கலை + அரசி > கலை + ய் + அரசி = கலையரசி - அ > ய ஆக மாறியது
மரம் + நிழல் > மர + நிழல் = மரநிழல் - ம் மறைந்தது
பலா + காய் > பலா + க் + காய் = பலாக்காய் - க் தோன்றியது
புளி + காய் > புளி + அம் + காய் = புளியங்காய் - அம் சேர்ந்தது

மேற்கண்ட எடுத்துக்காட்டுகளின்படி, புணரும் சொற்களில் மாற்ற மில்லாத நிலை இயல்பு புணர்ச்சி எனப்படுகிறது; மாற்றம் நேரும் நிலை திரிபுபுணர்ச்சி எனப்படுகிறது. திரிபுபுணர்ச்சி வடமொழியில் விகாரப் புணர்ச்சி எனப்படுவதுண்டு.

மலர் + மணம் = மலர்மணம் - மாற்றமில்லாததால் இயல்பு புணர்ச்சி
பனி + துளி = பனித்துளி - இடையில் த் மிகுந்ததால் திரிபு புணர்ச்சி

மூன்றுவகைத் திரிபு புணர்ச்சி

திரிபு புணர்ச்சி: மிகுதல், மெய்திரிதல், கெடுதல் என்று மூன்று வகைப் படுகிறது. மிகுதல் என்பது தோன்றல் என்ற சொல்லாலும், கெடுதல் என்பது மறைதல் என்ற சொல்லாலும் குறிக்கப்படுவதுண்டு.

1. பனி + கட்டி = பனிக்கட்டி - க் என்ற மெய் மிகுந்ததால் இது மிகுதல்.

2. கல் + சிலை = கற்சிலை - ல், ற் எனத் திரிந்ததால் இது மெய்திரிதல்.

3. மரம் + நிழல் = மரநிழல் - ம் என்ற மெய் மறைந்ததால் இது கெடுதல்.

ஒரே தொடரில் ஒன்றுக்கு மேற்பட்ட புணர்ச்சி முறைகள்

ஒரு தொடரில் சொற்கள் சேர்ந்து ஒலிக்கும்போது, அவற்றுக்கிடையில் ஒரே வகை மாற்றந்தான் நிகழும் என்பதில்லை. ஒரே தொடரில் ஒன்றுக்கு மேற்பட்ட மாற்றங்கள் நிகழலாம். அவை, மிகுதல், மெய் திரிதல், கெடுதல் என்ற எந்த வகையினவாகவும் இருக்கலாம்.

மரம் + கிளை = மர + கிளை = மரக்கிளை

மரம் என்பதன் ம் மறைந்தது; இடையில் க் என்ற மெய் மிகுந்தது; இரு மாற்றங்கள் நிகழ்ந்தன.

ஆறு + கரை > ஆற் + ற் + அம் + கரை = ஆற்றங்கரை

ஆறு என்பதன், று-விலிருந்த குற்றியலுகரம் மறைந்தது; எஞ்சிய ற் இரட்டி ற்ற் ஆனது; அம் சாரியை மிகுந்தது; அதன் ம் என்ற மெய், க-வுக்கு இனமாக ங் என மாறியது. இதில் 4 மாற்றங்கள் நிகழ்ந்தன.

புணர்ச்சி முறைகளின் உட்பிரிவுகள்:

இயல்பு, மிகுதல், திரிதல் கெடுதல் என்ற அடிப்படைப் புணர்ச்சிகளின் உட்பிரிவான முறைகளும் உள்ளன.

உடம்படுமெய் வருதல்

உயிர் + உயிர்ப் புணர்ச்சியில், உயிர் ஈற்றுக்கும் உயிர்முதலுக்கும் இடையில் வ் அல்லது ய் என்ற மெய் வந்து, உயிர்கள் சேர்ந்து ஒலிக்க உதவுகிறது. இடையில் தோன்றும் மெய் உடம்படுமெய் எனப்படுகிறது.

1. நிலா + ஒளி > நிலா + வ் + ஒளி = நிலாவொளி
   - வ் என்ற உடம்படுமெய் வந்தது.

2. மலை + அருவி > மலை + ய் + அருவி = மலையருவி
   - ய் என்ற உடம்படுமெய் வந்தது.

தனிக்குறிலுக்குப் பின் மெய் இரட்டுதல்

மெய் + உயிர்ப் புணர்ச்சியில், ஈற்று மெய்யுடன், வரும் உயிர் சேர்ந்து உயிர்மெய் ஆகிறது. நிலைமொழி தனிக்குறிலும் மெய்யும் இணைந்த சொல் எனில், வருமொழி முதல் உயிர் வரும்போது, நிலைமொழி ஈற்று மெய் இரட்டி, பிந்திய மெய்யில், வருமுயிர் சேர்ந்து உயிர்மெய்யாகிறது.

1. கண் + இமை > கண் + ண் + இமை = கண்ணிமை
கண் - ண் இரட்டிப் பிந்திய ண்-ணில் இ உயிர் சேர்ந்து ணி-யானது

2. மெய் + அன்பு > மெய் + ய் + அன்பு = மெய்யன்பு
மெய் என்பதன் ய் என்ற மெய் இரட்டிப் பிந்திய ய்-யில் அ என்ற உயிர் சேர்ந்து ய-வானது

எழுத்து மிகுதலும் சாரியை மிகுதலும்

மிகுதல் என்ற புணர்ச்சி முறை, எழுத்து மிகுதல்; சாரியை மிகுதல் என்று இருவகைப்படும். எழுத்து மிகுதல் என்ற புணர்ச்சிமுறை, வலிமிகுதல்; மெலிமிகுதல்; இடைமிகுதல் என 3 விதமாக நிகழ்கிறது:

1. பலா + பழம் = பலாப்பழம் - ப் என்ற வல்லின மெய் மிகுந்தது.

2. மா + பழம் = மாம்பழம் - ம் என்ற மெல்லின மெய் மிகுந்தது.

3. அ + யானை = அவ்யானை - வ் என்ற இடையின மெய் மிகுந்தது.

சாரியை என்ற இடைச்சொல் பற்றி முன்னரே விளக்கம் தரப்பட்டது. பெயர்ச் சொற்களில் வேற்றுமை உருபுகள் சேரும்போது இடையில் உரிய சாரியையும் மிகுந்து புணர்கிறது.

1. பல + ஐ > பல + வற்று + ஐ = பலவற்றை - இடையில் வற்றுச் சாரியை மிகுந்தது.

2. குளம் + இல் > குளம் + அத்து + இல் = குளத்தில் - இடையில் அத்துச் சாரியை மிகுந்தது.

3. நிலவு + கு > நிலவு + இன் + கு = நிலவிற்கு - இடையில் இன் சாரியை மிகுந்தது.

ஈற்று மெய்யும் முதல் மெய்யும் திரிதல்

திரிபு புணர்ச்சியில், சில தொடர்களில் நிலைமொழி ஈற்று மெய் மட்டும் திரிகிறது; சிலவற்றில் வருமொழி முதல்மெய் மட்டும் திரிகிறது; வேறு சில தொடர்களில் நிலைமொழி ஈற்று மெய்யும் வருமொழி முதல் மெய்யும் ஆகிய இரண்டும் திரிகின்றன. இதற்கு இரண்டு காரணங்கள் உள்ளன. ஒன்று: நிலைமொழி ஈறாக வரும் மெய்யும் வருமொழி முதலாக வரும் மெய்யும் மயங்காத மெய்களாக இருப்பது. இரண்டு: பொருட்புணர்ச்சியின் காரணமாக நேரும் திரிபு. மெய் + மெய்ப் புணர்ச்சிப் பகுதியில் மெய்கள் திரியும் விதங்களையும் திரியும் இடங்களையும் பற்றிய விரிவான விளக்கம் உள்ளது.

6

சொற்புணர்ச்சிக் கூறுகள்

எழுத்தும் சொல்லுமே புணர்ச்சிக்குக் கருவிகளாதல் கண்டோம். எழுத்துக்கு ஒலிப்பு மட்டுமே உண்டு. எனவே, அது புணர்ச்சியில் ஒலிக் கூறாகவே செயற்படுகிறது. ஆனால், சொல்லுக்கு ஒலிப்பும் உண்டு; பொருளும் உண்டு. இதனால் சொல் என்பது ஒலிக்கூறாகவும் அதே வேளை பொருட்கூறாகவும் செயற்படுகிறது. இவ்வாறு சொல்லுக்கு ஒலி, பொருள் ஆகிய இரு தன்மைகள் இருப்பதால், சொற்கள் ஒன்றை ஒன்று தொடரும்போது அவற்றுக்கிடையே ஏற்படும் தொடர்பும் ஒலியால் ஆன தொடர்பு, பொருளால் ஆன தொடர்பு என்று இரு வகைப்படுகிறது.

சேர்ந்தொலிக்கும் சொற்களுக்கு இடையிலான தொடர்பு, இரு சொற்களுக்கு இடையிலானதாக இருப்பினும், உண்மையில் முதற் சொல்லின் இறுதி எழுத்தொலிக்கும் அடுத்த சொல்லின் முதல் எழுத்தொலிக்கும் இடையில்தான் நேரடியான ஒலித்தொடர்பு நிகழ்கிறது. ஆதலின், புணர்ச்சி என்பது சொற்களின் சந்திப்பாக மட்டுமன்றி, எழுத்துகளின் சந்திப்பாகவும் அமைகிறது. இதனால், புணர்ச்சி என்பது எழுத்துகளும் சொற்களும் ஒலிக்கூறுகளாகவும் பொருட்கூறுகளாகவும் சந்திக்கும் நிகழ்ச்சியாகிறது. எனவே, புணரும் சொற்களிலுள்ள எழுத்துகளையும் சொற்களையும் ஒலிக்கூறுகளாகவும் பொருட் கூறுகளாகவும் வகைப்படுத்திக் கொள்வோம்.

உயிர் ஈறும் மெய் ஈறும்

முன்னர் விளக்கியபடி, உயிர்மெய் முதலில் வந்தால் மெய்யாகவும், இறுதியில் வந்தால் உயிராகவும் செயற்படுகிறது. இதனால் புணர்ச்சி யில் முதலிலோ இறுதியிலோ உயிர்மெய் என்ற எழுத்து இருப்பதில்லை. எனவே புணர்ச்சியில் முதல் எழுத்தாகவோ இறுதி எழுத்தாகவோ உயிர்மெய் என்ற ஒன்று கிடையாது. ஆய்த எழுத்து, சொல்லுக்கு முதலிலோ இறுதியிலோ வாராது என்பதை இலக்கணம் பற்றிய பகுதி யில் முன்னரே அறிந்தோம். எனவே, தமிழின் முதலெழுத்துகளுள்,

சொல்லின் முதல் எழுத்தாகவும் இறுதி எழுத்தாகவும் வரக்கூடியவை உயிர், மெய் ஆகிய இரண்டு எழுத்துகள் மட்டுமேயாகும். இவை எழுத்தைச் சார்ந்த ஒலிக்கூறுகள்.

இப்போது, சொற்புணர்ச்சியில் நிலைமொழி இறுதி எழுத்தாகவும் வருமொழி முதலெழுத்தாகவும் எழுத்துகள் சந்திக்கும் முறையைப் பின்வரும் 4 விதமாக வகைப்படுத்தலாம்:

ஈற்றெழுத்து + முதலெழுத்து	எடுத்துக்காட்டு	சந்திப்பு
1. உயிர் + உயிர்	மலை (ல்ஐ) + அருவி	ஐ + அ
2. மெய் + உயிர்	காதல் + உறவு	ல் + உ
3. உயிர் + மெய்	சிறு (ற்உ) + (க்அ) கதை	உ + க்
4. மெய் + மெய்	தேன் + (ம்அ) மழை	ன் + ம்

குற்றியலுகர ஈறு

மேற்கண்டவாறு, புணரும் சொற்களில் முதலெழுத்தாகவும் ஈற்றெழுத்தாகவும் வரும் உயிர்களுள் உகரம் ஒன்று. இந்த உகரம் முழு அளவில் ஒலிப்பது. இதன் பாதி அளவே ஒலிக்கும் குற்றியலுகரம், புணர்ச்சி முறையில் வேறுபடுவதால், அது தனிவகை ஈறாகக் கருதப்படுகிறது. இந்தக் குற்றியலுகரம் தமிழில் மிகுதியான சொற்களுக்கு ஈற்றெழுத்தாக வருகிறது. எனவே, சொற்புணர்ச்சிக்கான ஒலிக்கூறுகளில் குற்றியலுகர ஈறும் தனியாகக் கருதத்தக்கதேயாகும்.

குற்றியலுகரம் பற்றி முன்னரே அறிந்தோம். குற்றியலுகரத்தின் 6 வகைகளும் சொல்லுக்கு ஈறாக வருகின்றன:

முத்து + சரம் = முத்துச்சரம் - வன்றொடர்க் குற்றியலுகரம் ஈறாக வந்தது.

பஞ்சு + பொதி = பஞ்சுப்பொதி - மென்றொடர்க் குற்றியலுகரம் ஈறாக வந்தது.

மார்பு + சளி = மார்புசளி - இடைத்தொடர்க் குற்றியலுகரம் ஈறாக வந்தது.

வயிறு + பசி = வயிற்றுப்பசி - உயிர்த்தொடர்க் குற்றியலுகரம் ஈறாக வந்தது.

காது + துளை = காதுதுளை - நெடிற்றொடர்க் குற்றியலுகரம் ஈறாக வந்தது.

எஃகு + கம்பி = எஃகுகம்பி - ஆய்தத்தொடர்க் குற்றியலுகரம் ஈறாக வந்தது.

இவ்வாறு குற்றியலுகர ஈற்றுடன் வரும் நிலைமொழிகள், *குற்றியலுகர நிலைமொழி* எனப்படுகின்றன. இவை வன்றொடர், மென்றொடர், இடைத்தொடர், உயிர்த்தொடர், நெடிற்றொடர் ஆய்தத்தொடர் என வகைப்பெயர் இணைத்தே குறிக்கப்படுகின்றன.

தனிக்குறில் நிலைமொழி

எழுத்து வடிவிலுள்ள ஒலிக்கூறுகளைப் பார்த்தோம். இனிச் சொற்களைச் சார்ந்தும் அமையும் ஒலிக்கூறுகளைக் காண்போம்.

சொற்கள், அவற்றிலுள்ள எழுத்துகளின் எண்ணிக்கையை ஒட்டி, ஓரெழுத்துச் சொல், ஈரெழுத்துச்சொல், இரண்டு எழுத்துகளுக்கு மேல் உடைய சொல் என 3 வகைப்படுவதை இலக்கணப் பகுதியில் அறிந்தோம். சொற்புணர்ச்சியில் பங்குபெறும் நிலைமொழி, வருமொழி ஆகிய இரண்டனுள், சொற்கள் புணரும் முறையை முடிவுசெய்வதில், *நிலைமொழியே* அதிகப் பங்காற்றுகிறது. வடிவத்தையும் புணரும் முறையையும் ஒட்டி, நிலைமொழியாக வரும் சொற்களை மேலும் வகைப்படுத்தலாம்.

தனிக்குறில் என்பது நிலைமொழியாக வரும் ஒற்றைத் தனிக் குற்றெழுத்தை அதாவது குறிலைக் குறிக்கிறது. இந்தக் குறில், உயிராகவோ உயிர்மெய்யாகவோ இருக்கலாம். தனிக்குறில் தமிழில் சொல்லாக வருதல் அரிது. ஆயினும் தமிழ் எழுத்துகளைக் குறித்தோ, சுட்டு வினா எழுத்துகளாகவோ, மற்ற சொற்களின் சுருக்கமாகவோ தனிக்குறில்கள் புணர்ச்சியில் நிலைமொழியாகின்றன. இது சொல்லைச் சார்ந்த ஒலிக்கூறு.

> *ங + போல் = ஙப்போல் - ங*, தனிக்குறில் *ங்* என்ற மெய்யைக் குறித்துவந்தது.
>
> *அ + பக்கம் = அப் பக்கம் - அ*, தனிக்குறில் சுட்டெழுத்தாக வந்தது.
>
> *மு + கனி = முக்கனி - மு*, தனிக்குறில், மூன்று என்பதன் சுருக்கம்.

இவ்வாறு நிலைமொழியாக வரும் தனிக்குறில், புணர்ச்சியில் *தனிக்குறில் நிலைமொழி* எனப்படுகிறது.

குறில்மெய் நிலைமொழி

குறில்மெய் என்பது முதலில் குறிலும் அடுத்து மெய்யுமாக 2 எழுத்துகள் இணைந்த சொல்லைக் குறிக்கிறது. இந்தக் குறில்மெய் நிலைமொழிகளும் *பெயர், வினை, இடை, உரி* ஆகிய சொற்களுள் ஒருவகையைச் சார்ந்த நிலைமொழியாக வரலாம். இதுவும் சொல்லைச் சார்ந்த ஒலிக்கூறே.

பொன் + ஒளி = பொன்னொளி - பொன், குறில்மெய், பெயர்ச்சொல்

தின் + பண்டம் = தின்பண்டம் - தின், குறில்மெய், வினைச்சொல்

கொல் + ஓ = கொல்லோ - கொல் என்ற குறில்மெய் நிலைமொழி இடைச்சொல்

வெம் + காமம் = வெங்காமம் - வெம் என்ற குறில்மெய் உரிச்சொல்

இவ்வாறு நிலைமொழியாக வருகிற குறில்மெய், *குறில்மெய் நிலைமொழி* எனப்படுகிறது.

இணைக்குறில் நிலைமொழி

இணைக்குறில் என்பது, இருகுறில்கள் இணைந்துவரும் சொல்லைக் குறிக்கிறது. இந்த இணைக்குறில்கள், பெயர், வினை, இடை, உரி ஆகியவற்றுள் எந்தவகைச் சொல்லாகவும் நிலைமொழியாக வரலாம். இதுவும் சொல்லைச் சார்ந்த ஒலிக்கூறேயாகும்.

உரு + குலைந்து = உருக்குலைந்து - உரு, இணைக்குறில் பெயர்

தொடு + வானம் = தொடுவானம் - தொடு, இணைக்குறில் வினை

அட + சீ = அடச்சீ - அட, இணைக்குறில் நிலைமொழி இடைச்சொல்.

நனி + சிறந்த = நனிசிறந்த - நனி, இணைக்குறில், உரிச்சொல்

இவ்வாறு நிலைமொழியாக வரும் இருகுறில், *இணைக்குறில் நிலைமொழி* எனப்படுகிறது.

ஒலிக்கூறுகளின் பட்டியல்

இப்போது, சொற்புணர்ச்சியில் பங்குபெறும் ஒலிக்கூறுகளைப் பின்வருமாறு பட்டியலிடலாம்:

எழுத்தைச் சார்ந்த ஒலிக்கூறுகள்

1. உயிர் ஈறு
2. மெய் ஈறு
3. குற்றியலுகர ஈறு

   அ. வன்றொடர்க் குற்றியலுகர ஈறு

   ஆ. மென்றொடர்க் குற்றியலுகர ஈறு

   இ. இடைத்தொடர்க் குற்றியலுகர ஈறு

   ஈ. உயிர்த்தொடர்க் குற்றியலுகர ஈறு

   உ. நெடிற்றொடர்க் குற்றியலுகர ஈறு

   ஊ. ஆய்தத்தொடர்க் குற்றியலுகர ஈறு

சொல்லைச் சார்ந்த ஒலிக்கூறுகள்

4. தனிக்குறில் நிலைமொழி
5. குறில்மெய் நிலைமொழி
6. இணைக்குறில் நிலைமொழி
7. இவை அல்லாத மற்ற நிலைமொழிகள்

பொருட்கூறுகள்

புணர்ச்சியில் பங்குபெறும் ஒலிக்கூறுகளை அறிந்துகொண்டோம். இனி, பொருட்கூறுகளைக் காண்போம்:

புணர்ச்சிக்குரிய இரு சொற்களில் முதற் சொல்லை, இணைக்குறில் நிலைமொழி என்று குறிக்கும் போது, அஃது இரண்டு குறில்களால் ஆன சொல் என்பது மட்டுமே நமக்குத் தெரிகிறது. இதில் சொல்லின் எழுத்தொலிகளைப் பற்றியே கூறப்படுகிறது. இதனால்தான், இதனையும் இது போன்ற மற்ற கூறுகளையும் ஒலிக்கூறு என்று வகைப் படுத்தினோம்.

ஆனால், புணர்ச்சிக்குரிய ஒரு சொல்லை, பெயர்ச்சொல் என்றோ வினைச்சொல் என்றோ குறிக்கும்போது, அதில் ஒலி பற்றிய செய்தி எதுவுமில்லை. ஒரு சொல்லை, பெயர் என்றும் வினை என்றும் நாம் வகைப்படுத்துவது, அந்தச் சொல்லின் பொருளை அடிப்படையாகக் கொண்டுதான். எனவே, பெயர்ச்சொல், வினைச்சொல், இடைச் சொல், உரிச்சொல் என்று கூறும்போது, அவை அந்தச் சொற்களி லுள்ள பொருளின் தன்மையையே நமக்கு உணர்த்துகின்றன. இதனால் தான், இவற்றைப் *பொருட்கூறுகள்* என்கிறோம். எனவே, பெயர்ச் சொல், வினைச்சொல், இடைச்சொல், உரிச்சொல் என்பவை புணர்ச்சிக்குரிய சொற்களின் பொருட்கூறுகளை உணர்த்தும் பெயர்களேயாகும்.

சொற்களின் பொருட்கூறுகள் *பெயர்ச்சொல், வினைச்சொல், இடைச்சொல், உரிச்சொல்* என நான்கு வகைப்படுவதை முன்னரே அறிந்தோம். இவை நான்கு வகைப்பட்டாலும் இடைச்சொல்லும் உரிச்சொல்லும் பெயரையும் வினையையும் சார்ந்தே ஆளப்படு வதால், பெயர்ச்சொல்லும் வினைச்சொல்லுமே புணர்ச்சியில் முதன்மைப் பொருட்கூறுகளாகின்றன. இவை நிலைமொழியாகவும் வருமொழியாகவும் வரும் முறையைப் பின்வருமாறு 4 வகைப் படுத்தலாம்.

நிலைமொழி + வருமொழி	எடுத்துக்காட்டு	சந்திப்பு
1. பெயர் + பெயர்	கனி + சாறு	பெயர் + பெயர்
2. பெயர் + வினை	தமிழ் + படி	பெயர் + வினை
3. வினை + வினை	நடந்து + செல்	வினை + வினை
4. வினை + பெயர்	படித்த + நூல்	வினை + பெயர்

பொருட்கூறுகளின் பட்டியல்

மேற்கண்டவாறு அமைந்த தொடர்களைப் பொருட்கூறுகளைச் சார்ந்து பின்வருமாறு வகைப்படுத்திப் பெயர்சுட்டலாம்:

1. பெயர் + பெயர்ச் சந்திப்பு - பெயர்பெயர்த் தொடர்
2. பெயர் + வினைச் சந்திப்பு - பெயர்வினைத் தொடர்
3. வினை + வினைச் சந்திப்பு - வினைவினைத் தொடர்
4. வினை + பெயர்ச் சந்திப்பு - வினைபெயர்த் தொடர்

7

சொற்புணர்ச்சிக் காரணங்கள்

புணர்ச்சி முறைகளையும், அதன் கூறுகளையும் அறிந்துகொண்டோம். இப்போது, புணர்ச்சியில் நிகழும் மாற்றங்களுக்கும் மாற்றமின்மைக்கும் பின்புலமான காரணங்களையும் அவற்றின் அடிப்படையிலான கோட்பாடுகளையும் தெரிந்துகொள்ளலாம்.

தமிழ் இலக்கண முதல் நூலான தொல்காப்பியம், பொருட்புணர்ச்சி முறைக்கு அதாவது பொருள்சார்ந்த சொற்புணர்ச்சி முறைக்கு வேற்றுமை யைச் சார்ந்த ஒரு கோட்பாட்டை வகுத்து அதனடிப்படையில் புணர்ச்சி விதிகளை விரிவாகவும் தெளிவாகவும் கூறியுள்ளது.

எழுவாயும் விளியும் தவிர்த்து, உருபுகளை உடைய ஆறு வேற்றுமை சார்ந்த பெயர்ப்புணர்ச்சிகள் யாவும் வேற்றுமைப் புணர்ச்சி; அல்லன எல்லாம் வேற்றுமை அல்வழிப் புணர்ச்சி என்பது தொல்காப்பியம் வகுத்துக் கூறியுள்ள இந்தப் பொருட்புணர்ச்சிக் கோட்பாடு.

ஆழ்ந்த இலக்கணப் பயிற்சி தேவைப்படும் இந்தக் கோட்பாட்டின் அடிப்படையிலான விதிகள் இக்காலக் கல்விப் போக்குக்குக் கடின மாய்த் தோன்றுவதால், தமிழ்ச் சொற்புணர்ச்சி விதிகளில் சிக்கல்களும் குழப்பங்களும் மிகுந்து பெரும்பாலர் விதிகளைப் புறக்கணிக்கும் நிலை வளர்ந்து வருகிறது.

இந்நிலைக்கு நல்ல மாற்றம் காணும் வகையில், தொல்காப்பியத் தரவுகளின் அடிப்படையிலேயே, அதில் கூறப்படும் எல்லாவிதமான புணர்ச்சி முறைகளுக்கும் உரிய நான்கு அடிப்படைக் காரணங்கள் கண்டறியப்பட்டு, அவற்றிலிருந்து சொற்புணர்ச்சி விதிகள் இங்கே தொகுக்கப்பட்டுள்ளன.

மொழிக்குரிய மக்களின் தொன்றுதொட்ட மரபு

உயர்திணைப் பெயர்களை இயல்பாகவே புணர்த்தலும், மரஞ் செடிகொடிகளின் பெயர்களை மெல்லெழுத்து மிகுதல் அம் சாரியை மிகுதல் என்ற முறைகளால் மெல்லோசையுடன் புணர்த்தலும் தமிழ்

மொழிக்குரிய மக்களின் தொன்றுதொட்ட மொழிமரபாக இருந்து வருவதைப் பண்டை இலக்கண இலக்கிய நூல்கள் காட்டுகின்றன. எனவே, இப்புணர்ச்சிமுறைக்கு மொழிக்குரிய மக்களின் மரபே காரணமாகிறது.

1. பெரியார் + கல்லூரி = பெரியார் கல்லூரி
2. பெங்களூர் + தமிழ்ச்சங்கம் = பெங்களூர்த் தமிழ்ச்சங்கம்

நிலைமொழியிலும் வருமொழியிலும் உள்ள ஒலிக்கூறுகள்

சேர்த்து ஒலிக்கும்போது அவற்றை எளிதாகவும் விரைவாகவும் ஒலிக்கும் முயற்சியில் ஒலியுறுப்புகள் தேவைக்கேற்ப அந்தச் சொற்களை இயல்பாகவோ மாற்றியோ ஒலிக்கின்றன. இந்தக் காரணத்தால் நிகழும் புணர்ச்சிமுறைக்கு நிலைமொழி வருமொழிகளின் ஒலிப் புணர்ச்சியே காரணமாக விளங்குகிறது.

1. மலை + அருவி > மலை + ய் + அருவி = மலையருவி
   ஐ + அ உயிர்கள் சேர்ந்தொலிப்பதை எளிதாக்க இடையில் ய் தோன்றியது.
2. வாழும் + கலை > வாழுங் + கலை = வாழுங்கலை
   ம் + க மயங்காத மெய்கள் என்பதால் ம் தன் இன மெல்லெழுத்தாக மாறியது

நிலைமொழியிலும் வருமொழியிலும் உள்ள பொருட்கூறுகள்

சொற்களின் சேர்க்கையால் விளையும் புதிய பொருளுக்கேற்ப ஒலிப்பில் மாற்றம் காட்டுவது தமிழ் வழக்கிலும் செய்யுளிலும் இயல்பாக நிகழ்கிறது. இக்காரணத்தால் நிகழும் புணர்ச்சிமுறைக்கு நிலைமொழி வருமொழிகளின் பொருட்புணர்ச்சியே காரணமாக விளங்குகிறது.

உடும்பு + பிடி = உடும்பு பிடி - பெயர் வினை இயல்பாகப் புணர்ந்தன பெயர், வினை என்ற பொருட்கூறுகளே இயல்பு புணர்ச்சிக்குக் காரணமாயின; (பிடி - வினைச்சொல்)

உடும்பு + பிடி = உடும்புப்பிடி - பெயர் பெயர் வலிமிகுந்து புணர்ந்தன பெயர், பெயர் என்ற பொருட்கூறுகளே வலிமிகுதலுக்குக் காரணமாயின; (பிடி - பெயர்ச்சொல்)

ஒரே தொடரில் பொருள்வேறுபாட்டுக் குறிப்பு

ஒரே தொடர் இருபொருள் தரும்போது இயல்பான பொருள்தரும் தொடரை இயல்பாகவும் மறுபொருள் தருவதைத் திரித்தும் புணர்த்து

பொருளை வேறுபடுத்துவது வழக்கிலும் செய்யுளிலும் வழங்கும் உத்தி.

தன்பதி + பெயர்ந்து = தன்பதி பெயர்ந்து - தன்பதியிலிருந்து பெயர்ந்து

தன்பதி + பெயர்ந்து = தன்பதிப் பெயர்ந்து - தன்பதிக்குப் பெயர்ந்து

முந்தியது இயல்பான வழக்கு; பிந்தியது சிலப்பதிகாரச் செய்யுள் வழக்கு. (பதி - நகர்)

புலவர் கூறவந்த செய்தி, தன்பதியிலிருந்து பெயர்ந்து என்பதன்று; தன்பதிக்குப் பெயர்ந்து என்பதுதான். இதனைத் தன்பதிக்குப் பெயர்ந்து என்று விரித்துச் சொன்னால் குறிப்பிட்ட செய்யுளின் ஓசை கெடுகிறது. தன்பதி பெயர்ந்து என்று தொகையாகச் சொன்னால், தன்பதியிலிருந்து பெயர்ந்து என்று பொருள்படும். எனவே, ஓசையையும் காத்து, பொருளையும் உறுதிசெய்வதற்காக வலிமிகுத்துத் தன்பதிப்பெயர்ந்து என்று எழுதப்பட்டுள்ளது. எனவே, பொருளுக்காக ஓசை கெடாமலும் ஓசைக்காகப் பொருள்கெடாமலும் காக்கும் உத்தியாகப் புலவர்கள் செய்யுளில் கையாண்ட புணர்ச்சிமுறை இது. இந்நாளில் உரைநடை யிலும் இந்தப் புணர்ச்சி முறை பரவலாக வழங்குகிறது. இந்தக் காரணத் தால் நிகழும் புணர்ச்சிமுறைக்குப் பொருள்வேறுபாடு காட்டுதலே காரணமாக விளங்குகிறது.

கை + பற்றினான் = கைபற்றினான் - கையைப் பற்றினான் என்பது பொருள்.

கை + பற்றினான் = கைப்பற்றினான் - கையில் பற்றினான். அதாவது, வசப்படுத்தினான் என்பது பொருள்.

ஒலிப்பில் நேரும் கால இடைவெளி

சொற்கள் இடைவெளியின்றிச் சேர்ந்தொலிக்கும்போதுதான் அவற்றின் ஒலிப்பில் ஒலியுறுப்புகளின் செயற்பாட்டால் மாற்றம் நேர்வதற்கான வாய்ப்பு ஏற்படுகிறது. அடுத்தடுத்து ஒலிக்கும் இரு சொற்களுக்கு இடையில் சிறு நிறுத்தம் அல்லது கால இடைவெளி இருந்தால், அவற்றின் ஒலிப்பில் மாற்றம் ஏற்படுவதற்குக் காரணமில்லை. மற்ற காரணங்களால், மாற்றம் நேரக்கூடிய இரு சொற்களுக்கு இடையிலுங் கூட, ஒலிப்பில் இடைவெளி இருந்தால், அந்த மாற்றம் நிகழ்வதில்லை; அந்தச் சொற்கள் இயல்பாகவே புணருகின்றன.

நேற்று + காலையில் போவதாய்ச் சொன்னவன் போக மறுக்கிறான்.

நேற்று, காலையில் போவதாய்ச் சொன்னவன் போக மறுக்கிறான்.

நேற்றுக் காலையில், போவதாய்ச் சொன்னவன் போக மறுக்கிறான்.

மேற்கண்ட தொடரை, நேற்று என்ற சொல்லுக்குப்பின் காற்புள்ளி அளவுக்கு நிறுத்திப் பிறகு தொடர்ந்தால், காலையில் போவதாக நேற்றுச் சொன்னான் என்று பொருள்படும்; நேற்று என்ற சொல்லுக்குப்பின் நிறுத்தம் நிகழ்வதால், அது வன்றொடர்க் குற்றியலுகரமாயிருந்தும் வலிமிகாது. காலையில் என்ற சொல்லுக்குப் பின் காற்புள்ளியின் அளவுக்கு நிறுத்திப் பிறகு தொடர்ந்தால், போவதாய் நேற்றுக் காலையில் சொன்னான் என்று பொருள்படும். இதில் நேற்று என்ற சொல்லுக்குப் பிறகு நிறுத்தம் இல்லை; எனவே அது வலிமிகும். காலையில் என்ற சொல் காற்புள்ளி அளவுக்கு நிறுத்தம் பெறும். நிலைமொழி வருமொழி களுக்கு இடையிலே ஒலிப்பில் நிகழும் கால இடைவெளியே இந்தப் புணர்ச்சி முறைக்குக் காரணமானது.

8

மரபுசார்ந்த புணர்ச்சி விதிகள்

தமிழில், மூன்று புணர்ச்சி முறைகள் தமிழ்மொழிக்குரிய மக்களிடையே தொன்றுதொட்டு வழங்கும் மரபுகளைச் சார்ந்தனவாகக் காணப்படுகின்றன. இந்தப் புணர்ச்சி முறைகளுக்கு, மரபு அல்லாமல், ஒலிக்கூறோ பொருட்கூறோ காரணமாகவில்லை.

மரபு விதி 1

உயர்திணைப்பெயர்

உயர்திணைப் பெயர், இயல்பு புணர்ச்சிக்கே உரியது; மிகுதல் கெடுதல் மெய்திரிதல் என்ற திரிபு புணர்ச்சிகளுக்கு உரியதன்று. *அஃறிணைப் பெயர் போல் உயர்திணைப் பெயர் புணர்ச்சியால் ஒலி சிதையக் கூடாது* என்ற தமிழர் மனவியல்பை இந்தப் புணர்ச்சிமுறை உணர்த்துகிறது. இந்த விதிக்குத் தமிழ்மொழிக்கு உரிய மக்களான தமிழரின் மனவியல்பே அடிப்படையாவதால் இது மரபு விதி எனும் வகைப்பட்டது.

யானை + கால் = யானைக்கால் - ஐ ஈற்று அஃறிணைப் பெயர் வலிமிகுந்தது

தங்கை + கால் = தங்கைகால் - ஐ ஈற்று உயர்திணைப்பெயர் வலிமிகவில்லை

தேர் + படை = தேர்ப்படை - *ர்* ஈற்று அஃறிணைப் பெயர் வலிமிகுந்தது

மகளிர் + படை = மகளிர்படை - *ர்* ஈற்று உயர்திணைப் பெயர் வலிமிகவில்லை

கன்னல் + பேச்சு = கன்னற்பேச்சு - *ல்* ஈற்று அஃறிணைப் பெயரில் *ல்* திரிந்து *ற்* ஆனது

அண்ணல் + பேச்சு = அண்ணல்பேச்சு - *ல்* ஈற்று உயர்திணைப் பெயரில் *ல்* திரியவில்லை

வாழ்நாள் + கடமை = வாழ்நாட்கடமை - ள் ஈற்று அஃறிணைப் பெயரில் ள் திரிந்து ட் ஆனது

இல்லாள் + கடமை = இல்லாள்கடமை - ள் ஈற்று உயர்திணைப் பெயரில் ள் திரியவில்லை

விளக்கம்: மேற்கண்ட தொடர்களில், அஃறிணைப் பெயர்கள் வலி மிகுந்துள்ளன; ஆனால் அதே வருமொழி கொண்ட உயர்திணைப் பெயர்கள் இயல்பாகவே புணர்ந்துள்ளன. முதலிரண்டு தொடர்களில் யானை, தங்கை என்ற இரு நிலைமொழிகளும் ஐகார ஈறுகள்தான். இரண்டும் யானையினது கால், தங்கையினது கால் என்று பொருள் படும் ஆறாம் வேற்றுமை சார்ந்த தொகைகள்தான். இருந்தும் அஃறிணைப் பெயர் வலிமிகுந்தது; உயர்திணைப் பெயர் இயல்பாகப் புணர்ந்தது. மற்ற தொடர்களும் இவ்வாறு அமைந்தவையே. இந்தப் புணர்ச்சிமுறை வேறுபாட்டுக்கு, மேலே விளக்கப்பட்ட மரபு என்ற ஒன்ற தவிர வேறு காரணம் ஏதுமில்லை. எனினும் இந்த மரபு விதிக்கும் சில விதிவிலக்குகள் அமைந்துள்ளன.

விதி விலக்கு 1. 1

சிறப்புப்பெயர் முந்தியும் இயற்பெயர் பிந்தியும் வருவதே தமிழ்மரபு. இதற்கு மாற்றமாக, இயற்பெயர் முந்தியும் சிறப்புப்பெயர் பிந்தியும் வரும் தொடரில் உயர்திணைப் பெயரும் வலிமிகும். இது, மரபு விதியைப் பொருட்கூறு சார்ந்த விதி மிகைத்துவிட்டதால் வந்த புணர்ச்சி முறையாகும்.

புலவர் காளமேகம் - புலவர் என்ற சிறப்புப்பெயர் முந்திவந்ததால் வலிமிகவில்லை.

காளமேகப் புலவர் - காளமேகம் என்ற இயற்பெயர் முந்திவந்ததால் வலிமிகுந்தது.

கவிஞர் சுப்புரத்தினம் - கவிஞர் என்ற சிறப்புப்பெயர் முந்தி வந்ததால் வலிமிகவில்லை.

சுப்புரத்தினக் கவிஞர் - சுப்புரத்தினம் என்ற இயற்பெயர் முந்தி வந்ததால் வலிமிகுந்தது.

விளக்கம்: காளமேகம் புலவர் என்ற தொடர் காளமேகம் என்பவர் புலவராவார் என்று வாக்கியமாகப் பொருள்படும். இதே தொடரைக் காளமேகப் புலவர் என்று வலிமிகுத்து ஒலித்தால், காளமேகம் என்ற புலவர் என்று வேறொரு பொருளைத் தருகிறது. எனவே, இந்த விதிவிலக்குப் பொருள்வேறுபாடு காட்டும் நோக்கில் அமைந்ததாகும். வலிமிகாது என்ற மரபுவிதியில் பொருள் வேறுபாடு காட்டும் விதி குறுக்கிட்டு அதை மிகைத்தது எனலாம்.

விதி விலக்கு 1. 2

இயற்பெயர்கள் உயர்திணையாக இருப்பினும், பொருள் தொடர்பின்றி அடுக்கி (அடுக்குப்பெயராக) வரும்போது இறுதிப்பெயர் தவிர முந்திய பெயர்கள் ஒலிப்பு எளிமை கருதி, ஈறுகெட்டுப் புணரும். ஒன்றுக்கு மேற்பட்ட பெயர்களாதலால் இறுதிப்பெயர் பன்மை முடிவும் பெறும். இது மரபுவிதியை, ஒலிப்பு எளிமையின் தேவை மிகைத்ததால் வந்த விதிவிலக்கு. இரு பெயர்களைச் சேர்த்துக் கூறுவதால் இரண்டாம் பெயரில் பன்மை ஒட்டுச் சேர்ந்தது. இது பொருட்கூறு கருதிய மாற்றம்.

மாணவர் + மாணவியர் = மாணவ மாணவியர்கள்

முதற்பெயரில் ர் என்ற ஈறு கெட்டது; இறுதிப்பெயர் கள் என்ற பன்மை ஒட்டுப் பெற்றது.

சேரன் + சோழன் + பாண்டியன் = சேரசோழபாண்டியர்

முதலிரு பெயர்களில் ன் ஈறு கெட்டது; இறுதிப்பெயர் அர் என்ற பன்மை ஒட்டுப் பெற்றது.

விளக்கம்: சேரன்சோழன்பாண்டியன் - சேரசோழபாண்டியர் இரண்டையும் ஒலித்தால், முந்தியதைவிடப் பிந்தியது எளிதாக ஒலிப்பதை உணரலாம்.

விதி விலக்கு 1.3

உயர்திணை, அஃறிணை இரண்டுக்கும் பயன்படும் பெயர், விரவுப் பெயர் அல்லது பொதுப்பெயர், எனப்படுகிறது. இவ்வகைப்பெயர், உயர்திணையைக் குறிக்கும்போது இயல்பாகவும், அஃறிணையைக் குறிக்கும்போது வலிமிகுந்தும் புணரும். உயர்திணைப் பெயராயினும், அஃது அஃறிணையைக் குறிக்கும்போது அதற்குரிய முறையில் புணர்வதை இவ்விலக்கு உறுதிசெய்கிறது. இது, மரபு விதியைப் பொருட்கூறு மிகைத்துவிட்டதால் புணர்ச்சி முறையில் நேர்ந்த விதி விலக்கு.

தாய் + சொல் = தாய்சொல் - தாய் உயர்திணையைக் குறித்ததால் வலிமிகவில்லை.

தாய் + குரங்கு = தாய்க்குரங்கு - தாய் அஃறிணையைக் குறித்ததால் வலிமிகுந்தது.

தந்தை + பொருள் = தந்தைபொருள் - தந்தை உயர்திணையைக் குறித்ததால் வலிமிகவில்லை.

தந்தை + புலி = தந்தைப்புலி - தந்தை அஃறிணையைக் குறித்ததால் வலிமிகுந்தது.

விளக்கம்: மக்களின் பேச்சு வழக்கிலேயே, தாய்சொல் என்பது இயல்பாகவும், தாய்க்குரங்கு என்பது வலி மிகுந்தும் ஒலிப்பதைக் கேட்கலாம். தந்தை புலி என்ற தொடர், தந்தையாகிய அந்த மனிதர் புலி போன்றவர் என்றே பொருள்படும். தந்தைப்புலி என்பது தந்தையாகிய அந்தப் புலி என்ற தெளிவைத் தருகிறது.

மரபு விதி 2

மரப்பெயர்

மரஞ்செடிகொடிகளின் பெயர், புணர்ச்சியால் வலிமிகவேண்டிய இடங்களில் வலிமிகாமல் மெலிமிகுகிறது அல்லது மெல்லோசை தருமாறு அம் என்ற சாரியை பெறுகிறது. அஃறிணை உயிர்களில், மரஞ்செடி கொடிகளுக்குத் தனியிடந் தந்து அவற்றின் தன்மைக்கு ஏற்ப மெல்லின ஓசையுடன் ஆளும் தமிழரின் மனவியல்பைச் சார்ந்த மரபுவிதி இது.

மா + பழம் = மாம்பழம் - பகரமெய் வந்ததால் அதன் இன மெல்லெழுத்து ம் மிகுந்தது

புளி + பழம் > புளி + அம் + பழம் = புளியம்பழம் - **இடையில் அம் சாரியை மிகுந்தது**

பனை + காய் > பன் + அம் + காய் = பனங்காய் - ஐ ஈறு கெட்டு அம் சாரியை மிகுந்தது

(ஐகார ஈற்றுப்பெயரில் அம் சாரியை சேரும்போது ஐகாரம் மறைந்து புணரும்)

விதி விலக்கு 2.1

தனிநெடில் அல்லாத ஆகார ஈற்று மரஞ்செடிப்பெயர்களும், இணைக்குறில் (இருகுறில்கள்) அல்லாத இகர ஈற்று மரஞ்செடிப் பெயர்களும் வாழை, முல்லை போன்ற மற்ற பலவும் வலிமிகுந்தே புணர்கின்றன. இது மக்களிடையே வழங்கும் மரபு சார்ந்து கையாளப்பட வேண்டிய விதியாகும்.

மா + பழம் = மாம்பழம் - தனிநெடிலான ஆ ஈறு மெலிமிகுந்தது.

பலா + பழம் = பலாப்பழம் - தனிநெடில் அல்லாத ஆ ஈறு வலிமிகுந்தது

புளி + பழம் = புளியம்பழம் - இணைக்குறில் அம் சாரியை பெற்றது

அரளி + செடி = அரளிச்செடி - இணைக்குறில் அல்லாத இகர ஈறு வலிமிகுந்தது

தென்னை + கீற்று = தென்னங்கீற்று - ஐ ஈறு அம் சாரியை பெற்றது

முல்லை + கொடி = முல்லைக்கொடி - ஐ ஈறு வலிமிகுந்தது

தாழை + பூ = தாழம்பூ - ஐ ஈறு அம் சாரியை பெற்றது

வாழை + பூ = வாழைப்பூ - ஐ ஈறு வலிமிகுந்தது

மரபு விதி 3

மை ஈற்றுப் பண்புப்பெயர்

அருமை, இளமை, பசுமை, செழுமை போன்றவை இறுதியில் மை ஒட்டுப் பெற்றுள்ளதால், மை ஈற்றுப் பண்புப்பெயர் எனப்படுகின்றன. இவை எல்லாமே புணரும்போது மை ஒட்டு நீங்கிவிடுகின்றன. எஞ்சியுள்ள ஈறு அதற்குரிய விதிப்படி வருமொழி முதல் எழுத்துடன் புணர்கிறது. எனினும், மை ஒட்டு நீங்கியபின் இவை பெயர் என்ற வகையில் அடங்காமல், வினைச்சொல், இடைச்சொல், உரிச்சொல் ஆகியவற்றையும் சார்ந்து நிற்பதால், இவற்றின் புணர்ச்சிமுறை சில இடங்களில், மற்ற சொற்களின் புணர்ச்சி முறைகளிலிருந்து வேறுபடுகிறது. அவ்வாறு வேறுபடும் புணர்ச்சி முறைகள் இங்கே விதிகளாகத் தரப்படுகின்றன.

மை நீங்கியபின் எஞ்சும் ஈறுகளில், உயிர் ஈறு தன்னுடன் உயிர்மெய் யாக கலந்த மெய்யைப் பொருத்துப் புணர்ச்சியில் வேறுபடுவதால், இவற்றின் விதிகள் உயிர்மெய், மெய் எனப் பிரித்துத் தரப்பட்டுள்ளன.

மை ஈற்றுப் பண்புப்பெயர் விதி 1

மை நீங்கிய உயிர்மெய் ஈறுகள்

1/1. ரு + உயிர்

மை நீங்கிய ரு ஈறுகள், உயிர் வந்தால், ரு-வில் உள்ள உகரமும் கெட்டுத் தம் முதலெழுத்து நீண்டு புணர்கின்றன.

அரு(மை) + உயிர் > ஆர் + உயிர் = ஆருயிர்

கரு(மை) + இருள் > கார் + இருள் = காரிருள்

பெரு(மை) + அருள் > பேர் + அருள் = பேரருள்

1/2. மற்ற இடையின உயிர்மெய் + உயிர்

மை நீங்கிய மற்ற இடையின உயிர்மெய் ஈறுகள் உயிர் வந்தால், உயிர் ஈறுபோல் உடம்படுமெய் பெற்றுப் புணர்கின்றன

கொழு(மை) + உடல் > கொழு + உடல் = கொழுவுடல்

இள(மை) + அழகு > இள + அழகு = இளவழகு

1/3. மெல்லின உயிர்மெய் + உயிர்

மை நீங்கிய மெல்லின உயிர்மெய் ஈறுகள், உயிர் வரும்போது, எஞ்சிய ஈற்றெழுத்தின் உயிரும் நீங்கிக் குறில்மெய் வடிவடைவதால், பொதுவான ண், ன் ஈறுகள் போல் மெய் இரட்டி உயிர்மெய்யாகின்றன.

இனி(மை) + உயிர் > இன் + உயிர் = இன்னுயிர்

அணி(மை) + உறவு > அண் + உறவு = அண்ணுறவு

1/4. வல்லின உயிர்மெய் + உயிர்

மை நீங்கிய வல்லின உயிர்மெய் ஈறுகள், உயிர் வரும்போது தம் இறுதி எழுத்தின் உயிரும் நீங்கிக் குறில்மெய் வடிவமடைவதால், மெய் இரட்டி உயிர்மெய்யாகிப் புணர்கின்றன.

பசு(மை) + இலை > பச் + ச் + இலை = பச்சிலை

புது(மை) + ஆடை > புத் + த் + ஆடை = புத்தாடை

நெடு(மை) + உயிர் > நெட் + ட் + உயிர் = நெட்டுயிர்

வெறு(மை) + இடம் > வெற் + ற் + இடம் = வெற்றிடம்

1/5. இடையின வல்லின உயிர்மெய் + ஞநமயவ

மை நீங்கிய எல்லா உயிர்மெய் ஈறுகளும் ஞ, ந, ம, ய, வ மெய்கள் வந்தால் இயல்பாகவே புணருகின்றன.

பெரு(மை) + ஞாலம் > பெரு + ஞாலம் = பெருஞாலம்

அரு(மை) + நூல் > அரு + நூல் = அருநூல்

செழு(மை) + மழை > செழு + மழை = செழுமழை

புது(மை) + யாழ் > புது + யாழ் = புதுயாழ்

பசு(மை) + வயல் > பசு + வயல் = பசுவயல்

1/6. இடையின, வல்லின உயிர்மெய் + கசதப

மை நீங்கிய எல்லா உயிர்மெய் ஈறுகளும் க, ச, த, ப வந்தால் இன மெல்லெழுத்து மிகுந்தே புணர்கின்றன.

அரு(மை) + கலை > அரு + கலை > அரு + ங் + கலை = அருங்கலை

செழு(மை) + தமிழ் > செழு + தமிழ் > செழு + ந் + தமிழ் = செழுந்தமிழ்

பசு(மை) + புல் > பசு + புல் > பசு + ம் + புல் = பசும்புல்

கடு(மை) + சினம் > கடு + சினம் > கடு + ஞ் + சினம் = கடுஞ்சினம்

நறு(மை) + கனி > நறு + கனி > நறு + ங் + கனி = நறுங்கனி

1/6. விதிவிலக்கு 1

இடையின, வல்லின உயிர்மெய் + கசதப

மை நீங்கிய உயிர்மெய் ஈறுகளில் நடு, புது, பொது, முழு ஆகியன பெயர்த்தன்மை உடைய சொற்களாதலின் க, ச, த, ப வரும்போது மற்ற ஈறுகளுக்கு விதிவிலக்காக, வலிமிகுந்தே புணர்கின்றன. பெயர்களில் தான் வேற்றுமை உருபு சேரும் என்பதை முன்னரே கண்டோம். இங்குள்ள, நடு, பொது என்ற சொற்களை நடுவில், பொதுவில் என்று இல் என்ற ஏழாம் வேற்றுமை உருபு சேர்த்துப் பயன்படுத்த முடிவதால், இவை பெயர்த்தன்மை உடையனவாகும்.

நடு(மை) + புறம் > நடு + ப் + புறம் = நடுப்புறம்

புது(மை) + துணி > புது + த் + துணி = புதுத்துணி

பொது(மை) + குழு > பொது + க் + குழு = பொதுக்குழு

முழு(மை) + கதை > முழு + க் + கதை = முழுக்கதை

1/6. விதிவிலக்கு 2

மை நீங்கிய உயிர்மெய் ஈறுகளில் முது, சிறு என்ற ஈறுகள் அந்தச் சொற்களின் வினைத்தன்மையால் இயல்பாகப் புணர்கின்றன.

முது(மை) + புலவர் > முது + புலவர் = முதுபுலவர்

சிறு(மை) + கதை > சிறு + கதை = சிறுகதை

மை ஈற்றுப் பண்புப்பெயர் விதி 2

மை நீங்கிய மெய் ஈறுகள்

2/1. ண் + உயிர்

மை நீங்கிய ண் ஈறுகள் குறில்மெய் வடிவமாவதால், உயிர் வந்தால், பொதுவான ண் ஈறுகள் போலவே மெய் இரட்டி உயிர்மெய்யாகிப் புணர்கின்றன.

தண்(மை) + அளி > தண் + ண் + அளி = தண்ணளி (ண் + உயிர்)

நுண்(மை) + உயிர் > நுண் + ண் + உயிர் = நுண்ணுயிர் (ண் + உயிர்)

2/2. ண் + மெய்

மை நீங்கிய ண் ஈறுகள், மற்ற ண் ஈறு போலவே புணர்கின்றன: மயங்கும் மெய்கள் வந்தால் இயல்பாகவும், மயங்காத மெய்கள் வந்தால் மெய் திரிந்தும் புணர்கின்றன.

தண்(மை) + மழை > தண் + மழை = தண்மழை (ண், ம மயங்கும் மெய்கள்)

நுண்(மை) + முறை > நுண் + முறை = நுண்முறை *(ண், மு மயங்கும் மெய்கள்)*

தண்(மை) + பனி > தண் + பனி = தண்பனி *(ண், ப மயங்கும் மெய்கள்)*

நுண்(மை) + பொருள் > நுண் + பொருள் = நுண்பொருள் *(ண், பொ மயங்கும் மெய்கள்)*

தண்(மை) + கடல் > தண் + கடல் = தண்கடல் *(ண், க மயங்கும் மெய்கள்)*

நுண்(மை) + கலை > நுண் + கலை = நுண்கலை *(ண், க மயங்கும் மெய்கள்)*

தண்(மை) + நீர் > தண் + நீர் = தண்ணீர் *(ண், நீ மயங்காத மெய்கள்)*

நுண்(மை) + நோக்கு > நுண் + நோக்கு = நுண்ணோக்கு *(ண், நோ மயங்காத மெய்கள்)*

தண்(மை) + தலை > தண் + தலை = தண்டலை *(ண், த மயங்காத மெய்கள்)*

நுண்(மை) + தொழில் > நுண் + தொழில் = நுண்டொழில் *(ண், தொ மயங்காத மெய்கள்)*

2/3. ன் + உயிர்

மை நீங்கிய ன் ஈறுகள் மூலச்சொல்லில் லகர மெய்யுடையனவாய் இருப்பதால் உயிர்வரும்போது லகரமாகி மெய் இரட்டி உயிர்மெய் யாகிப் புணர்கின்றன.

மென்(மை) + உடல் > மெல் + ல் + உடல் = மெல்லுடல்
வன்(மை) + அரசு > வல் + ல் + அரசு = வல்லரசு

2/4. ன் + மெய்

மை நீங்கிய ன் ஈறுகள் மூலச்சொல்லில் லகர மெய்யுடையனவாய் இருப்பினும், மெய் வரும்போது, னகர ஈறாகவே நின்று, மயங்கும் மெய் வந்தால் இயல்பாகவும் மயங்காத மெய் வந்தால் பொதுவான ன் ஈறு போல வருமெய் திரிந்தும் புணர்கின்றன.

வன்(மை) + முறை > வன் + முறை = வன்முறை *(ன் + ம, மயங்கும் மெல்லின மெய்கள்)*

வன்(மை) + பகை > வன் + பகை = வன்பகை *(ன் + ம, மயங்கும் வல்லின மெய்)*

நன்(மை) + நிலை > நன் + நிலை = நன்னிலை *(ன் + ந, மயங்காத மெல்லின மெய்)*

மென்(மை) + துகில் > மென் + துகில் = மென்றுகில் *(ன் + த, மயங்காத வல்லின மெய்)*

மரபுசார்ந்த புணர்ச்சி விதிகள்

2/5. ம் + உயிர்/யவ

மை நீங்கிய மகர (ம்) ஈறுகள், உயிர் வரும்போதும், யகர வகர மெய்கள் வரும்போதும் வ் என்ற மெய்யாக மாறிப் புணர்கின்றன.

செம்(மை) + இதழ் > செம் + இதழ் > செவ் + இதழ் = செவ்விதழ்

செம்(மை) + வாழை > செம் + வாழை > செவ் + வாழை = செவ்வாழை

2/5. ம் + ஞநம கசதப

மை நீங்கிய மகர (ம்) ஈறுகள், பொதுவான மகர (ம்) ஈறு போலவே புணர்கின்றன: மயங்கும் மெய் வந்தால் இயல்பாகவும் மயங்காத மெய் வந்தால் இன மெல்லெழுத்தாகியும் புணர்கின்றன.

செம்(மை) + மொழி > செம் + மொழி = செம்மொழி (ம் + ம மயங்கும் மெய்கள்)

செம்(மை) + பொன் > செம் + பொன் = செம்பொன் (ம் + பொ மயங்கும் மெய்கள்)

செம்(மை) + ஞாயிறு > செஞ் + ஞாயிறு = செஞ்ஞாயிறு (ம் + ஞா மயங்காத மெய்கள்)

வெம்(மை) + நீர் > வெந் + நீர் = வெந்நீர் (ம் + நீ மயங்காத மெய்கள்)

வெம்(மை) + தணல் > வெந் + தணல் = வெந்தணல் (ம் + த மயங்காத மெய்கள்)

வெம்(மை) + காயம் > வெங்+காயம் = வெங்காயம் (ம் + க மயங்காத மெய்கள்)

9

குற்றியலுகரப் புணர்ச்சி விதிகள்

மரபு சார்ந்த புணர்ச்சி விதிகளைக் கண்டோம். அவை, உயர்திணைப் பெயர்களுக்கும் மரப்பெயர்களுக்கும் உரிய சிறப்பு விதிகளானதால், இனி நாம் காணவிருக்கும் விதிகள் யாவும், அஃறிணைப் பெயர்களுக்கே உரியவை என்பதை நினைவிற் கொள்ளுதல் வேண்டும். அத்துடன் இவை மரப்பெயருக்கு உரியவை அல்ல என்பதையும் மறத்தலாகாது.

அடுத்து, ஒலிக்கூறு சார்ந்த புணர்ச்சி விதிகளையும் பொருட்கூறு சார்ந்த புணர்ச்சி விதிகளையும் காண்போம். இவற்றில், ஒலிக்கூறு மட்டும் சார்ந்த விதிகளும் உள்ளன; பொருட்கூறு சார்ந்த விதிகளும் உள்ளன. ஒலிக்கூறு பொருட்கூறு சார்ந்த விதிகள் சேர்ந்து செயற்படும் இடங்களும் உள்ளன. மற்ற காரணங்கள் சார்ந்த விதிகளும் உள்ளன. எனவே, ஒலிசார்ந்து செயற்படும் விதிகளையும், பொருள் சார்ந்த விதிகளையும் தனித்தனியே காணும் அதேவேளை, இடையிடையே இரண்டும் சேர்ந்து செயற்படும் இடங்களில் ஆங்காங்கே அதுபற்றிய குறிப்பும் விளக்கமும் உள்ளன. பொருள் வேறுபாடும், நிறுத்தி ஒலித்தலும் காரணமான விதிகளிலும் அதுபற்றிய விளக்கமும் குறிப்பும் தரப்படுகின்றன.

குற்றியலுகரப் புணர்ச்சி

குற்றியலுகர ஈறு கொண்ட சொற்கள் தமிழில் எண்ணற்றவை. அவற்றுக்கான புணர்ச்சிமுறைகள் பின்வரும் மூன்றே விதிகளில் அடங்குவது அவற்றின் புணர்ச்சியை எளிதில் கையாள உதவுகிறது. இவை அடிப்படையில் ஒலிசார்ந்த புணர்ச்சி விதிகளே. எனினும், மென்றொடர்க் குற்றியலுகரம் மட்டும் பொருள் சார்ந்து செயற் படுகிறது என்பது கவனித்துக் கையாளுதற்கு உரியதாகும்.

குற்றியலுகர விதி 1
வன்றொடர்க் குற்றியலுகரம்

வன்றொடர்க் குற்றியலுகரம் வினையடிச்சொல் தவிர மற்ற எல்லாத் தொடர்களிலும் வலிமிகும். வினையடிச்சொல் என்பது வினைச்

சொல்லின் ஆகக் குறுகிய வடிவம். இது பேசு, எடு, எழுது என்பன போல ஏவல் வினையாகவும் ஊறுகாய், விடுகதை, குடிநீர் என்பன போல வினைத்தொகையின் நிலைமொழிகளாகவும் வழங்குகிறது. விடுபடுதல், அடிபடுதல், அடைபடுதல் என்பன போல படு என்ற துணைவினைக்கு முன் சேர்ந்துவரும் வினையாகவும் பயன்படுகிறது.

வன்றொடர்க் குற்றியலுகர ஈறுகள்

சாக்கு + பை = சாக்குப்பை - அடைப்பெயர் வலிமிகுந்தது

அச்சு + தொழில் = அச்சுத்தொழில் - அடைப்பெயர் வலிமிகுந்தது

தப்பு + தப்பு = தப்புத்தப்பு - அதே அடுக்குப்பெயர் வலிமிகுந்தது

தப்பு + தவறு = தப்புத்தவறு - வேறு அடுக்குப்பெயர் வலிமிகுந்தது

பாட்டுப் + படி = பாட்டுப்படி - பெயர்வினைத் தொடர் வலிமிகுந்தது

பார்த்து + பேசு = பார்த்துப்பேசு - வினைவினைத் தொடர் வலிமிகுந்தது

மற்று + பல = மற்றுப்பல - இடைச்சொல் தொடர் வலிமிகுந்தது

உவப்பு + கூடல் = உவப்புக்கூடல் - உரிச்சொல் வலிமிகுந்தது

கட்டு + கட்டாக = கட்டுக்கட்டாக - அடுக்குப்பெயர் வலிமிகுந்தது

கட்டு + கட்டு = கட்டுகட்டு - கட்டு வினையடிச்சொல் வலிமிகவில்லை

கத்து + கடல் = கத்துகடல் - கத்து வினையடிச்சொல் வலிமிகவில்லை

கொட்டு + கரம் = கொட்டுகரம் - வினையடிச்சொல் வலிமிகவில்லை

விளக்கம்: கட்டுக்கட்டாக என்ற தொடரில் கட்டு, பெயர்ச்சொல்; வலிமிகுந்தது. கட்டுகட்டு என்ற தொடரில் கட்டு, இருமுறை அடுக்கி வந்த ஏவல் வினை. இங்கு வினையடிச்சொல்லாக வந்ததால் வலி மிகவில்லை. கத்துகடல், கொட்டுகரம் என்பன வினைத்தொகைகள். இவற்றில் கத்து, கொட்டு என்பன வினையடிச்சொல் என்பதால் வலிமிகாமல் புணர்ந்தன.

குற்றியலுகர விதி 2

மென்றொடர்க் குற்றியலுகரம்

மென்றொடர்க் குற்றியலுகரம், அடைப்பெயர்களிலும், இடம் சார்ந்த சுட்டு, வினாப் பெயர்களிலும் வலிமிகும். மற்ற தொடர்களில் வலிமிகாது.

அன்புக்கரம் - அன்பு, அடைப்பெயரானதால் மென்றொடர்க் குற்றியலுகரம் வலிமிகுந்தது

அன்புகாட்டு - பெயர்வினைத்தொடர், மென்றொடர்க் குற்றிய லுகரம் வலிமிகவில்லை

உடும்புப் பிடி - *உடும்பு* அடைப்பெயரானதால் மென்றொடர்க் குற்றியலுகரம் வலிமிகுந்தது

உடும்புபிடித்தான் - பெயர்வினைத் தொடர், மென்றொடர்க் குற்றியலுகரம் வலிமிகவில்லை

பாம்புபாம்பு - அடுக்குப்பெயர் (அதே பெயர்), மென்றொடர்க் குற்றியலுகரம் வலிமிகவில்லை

குண்டுகுழி - அடுக்குப்பெயர் (வேறு பெயர்கள்), மென்றொடர்க் குற்றிய லுகரம் வலிமிகவில்லை

கண்டுபிடித்தான் - *கண்டு* வினையெச்சம், மென்றொடர்க் குற்றிய லுகரம் வலிமிகவில்லை

முந்துபுகழ் - *முந்து* வினையடிச்சொல், மென்றொடர்க் குற்றியலுகரம் வலிமிகவில்லை.

விளக்கம்: மென்றொடர்க் குற்றியலுகரம், அடைப்பெயர் தவிர மற்ற எந்த வகைத் தொடரிலும் வலிமிகாது. எடுத்துக்காட்டுகளில், அடுக்குப் பெயர், பெயர்வினைத் தொடர், வினைவினைத் தொடர், வினை பெயர்த் தொடர் ஆகியவை இயல்பாகவே புணர்ந்துள்ளதைக் காண்க.

இடச்சுட்டு, வினாப்பெயர்கள்: *அங்கு இங்கு எங்கு, ஆங்கு ஈங்கு யாங்கு; ஆண்டு ஈண்டு யாண்டு (அங்கு இங்கு எங்கு என்ற பொருளில்).* (*அன்று, இன்று* - காலச் சுட்டுப்பெயர்கள்; *என்று* - காலவினாப் பெயர்)

இடம் சார்ந்த சுட்டு, வினாப் பெயர்கள்:

அங்கு + சென்றான் = அங்குச் சென்றான் - இடம் சார்ந்த சுட்டுப்பெயர் வலிமிகுந்தது

இங்கு + கண்டான் = இங்குக் கண்டான் - இடம் சார்ந்த சுட்டுப்பெயர் வலிமிகுந்தது

எங்கு + போனான் = எங்குப் போனான் - இடம் சார்ந்த வினாப்பெயர் வலிமிகுந்தது

ஆங்கு + சென்றான் = ஆங்குச் சென்றான் - இடம் சார்ந்த சுட்டுப்பெயர் வலிமிகுந்தது

ஈங்கு + கண்டான் = ஈங்குக் கண்டான் - இடம் சார்ந்த சுட்டுப்பெயர் வலிமிகுந்தது

யாங்கு + போனான் = யாங்குப் போனான் - இடம் சார்ந்த வினாப் பெயர் வலிமிகுந்தது

ஆண்டு + சென்றான் = ஆண்டுச் சென்றான் - இடம் சார்ந்த சுட்டுப் பெயர் வலிமிகுந்தது

ஈண்டு + கண்டான் = ஈண்டுக் கண்டான் - **இடம் சார்ந்த சுட்டுப்பெயர் வலிமிகுந்தது**

யாண்டு + போனான் + யாண்டுப் போனான் - **இடம் சார்ந்த வினாப் பெயர் வலிமிகுந்தது**

காலம் சார்ந்த சுட்டு, வினாப் பெயர்கள்:

அன்று + சென்றான் = அன்று சென்றான் - **காலம் சார்ந்த சுட்டுப்பெயர் வலிமிகவில்லை**

இன்று + கண்டான் = இன்று கண்டான் - **காலம் சார்ந்த சுட்டுப்பெயர் வலிமிகவில்லை**

என்று + போனான் = என்று போனான் - **காலம் சார்ந்த வினாப்பெயர் வலிமிகவில்லை**

விளக்கம்: சுட்டும் வினாவும், பொருள், இடம், காலம் என மூன்று வகைப்படுகின்றன. இவற்றில் இடமும் காலமும் சார்ந்த சுட்டுச் சொற்களும் வினாச்சொற்களுமே மென்றொடர்க் குற்றியலுகரமாக அமைகின்றன. இவற்றிலும் இடம் சார்ந்த சுட்டும் வினாவும் மட்டுமே வலிமிகுந்து புணர்வதால், இதனைத் தெளிவாக மனத்தில் பதித்துக் கொள்ளுதல் வேண்டும்.

குற்றியலுகர விதி 3

இடைத்தொடர், ஆய்தத்தொடர், உயிர்த்தொடர், நெடிற்றொடர்க் குற்றியலுகரங்கள்

உயிர்த்தொடர்க் குற்றியலுகரம், நெடிற்றொடர்க் குற்றியலுகரம், இடைத்தொடர்க் குற்றியலுகரம், ஆய்தத்தொடர்க் குற்றியலுகரம் ஆகிய நான்கும் எந்தத் தொடரிலும் வலிமிகுவதில்லை.

அழகு + தமிழ் = அழகுதமிழ் - **உயிர்த்தொடர்க் குற்றியலுகரம் வலிமிகவில்லை**

வரகு + கஞ்சி = வரகுகஞ்சி - **உயிர்த்தொடர்க் குற்றியலுகரம் வலிமிகவில்லை**

காது + கடுக்கண் = காதுகடுக்கண் - **நெடிற்றொடர்க் குற்றியலுகரம் வலிமிகவில்லை.**

சேது + கடல் = சேதுகடல் - **நெடிற்றொடர்க் குற்றியலுகரம் வலிமிகவில்லை**

சார்பு + பேச்சு = சார்புபேச்சு - **இடைத்தொடர்க் குற்றியலுகரம் வலிமிகவில்லை.**

மார்பு + சளி = மார்புசளி - **இடைத்தொடர்க் குற்றியலுகரம் வலிமிகவில்லை**

சால்பு + பெருமை = சால்புபெருமை - **இடைத்தொடர்க் குற்றியலுகரம் வலிமிகவில்லை.**

இயல்பு + குணம் = இயல்புகுணம் - **இடைத்தொடர்க் குற்றியலுகரம் வலிமிகவில்லை.**

வீழ்து + பரப்பு = வீழ்துபரப்பு - **இடைத்தொடர்க் குற்றியலுகரம் வலிமிகவில்லை.** *(வீழ்து - விழுது)*

எஃகு + கம்பி = எஃகுகம்பி - **ஆய்தத்தொடர்க் குற்றியலுகரம் வலிமிகவில்லை**

கஃசு + தங்கம் = கஃசுதங்கம் - **ஆய்தத்தொடர்க் குற்றியலுகரம் வலிமிகவில்லை**

விளக்கம்: உயிர்த்தொடர், நெடிற்றொடர், இடைத்தொடர், ஆய்தத் தொடர் ஆகிய நான்கு குற்றியலுகரங்களும் வலிமிக மாட்டா என்பது தொல்காப்பியம் தெளிவாகக் கூறும் விதி. இலக்கண இலக்கிய வழக்கிலும் உருபு புணரியல், திரிபு புணர்ச்சி என உயிர்த்தொடர்க் குற்றியலுகரம் இயல்பாகவே புணர்கிறது. மக்களிடையிலும் *அழகு தமிழ், மிளகு தண்ணீர்* போன்று சரியாகப் புணர்ந்த தொடர்கள் வழக்கில் உள்ளன இன்று *மரபுத்தொடர், மரபுக்கவிதை* என்பன போன்ற பிழை வழக்குகள் மிகுந்துவிட்டன. இவை திட்டவட்டமான பிழைகளாகும். எனவே, இந்த நான்கு குற்றியலுகரங்களிலும் வலி மிகாது என்ற விதியை ஐயத்துக்கு இடமின்றி அனைவரும் உறுதியுடன் கையாளுதல் வேண்டும்.

குற்றியலுகர விதிவிலக்கு 3.1

ஒற்று இரட்டினால் மிகும் குற்றியலுகரங்கள்

வன்றொடர் அல்லாத மற்ற குற்றியலுகரங்கள், ஒற்று இரட்டுவதால் வன்றொடர்க் குற்றியலுகரமாக மாறுவதுண்டு, அவ்வாறு மாறினால் அவை வன்றொடர்க் குற்றியலுகர விதிப்படி வலிமிகும். *டு, று* என முடிகிற உயிர்த்தொடர், நெடிற்றொடர்க் குற்றியலுகரங்களே புணர்ச்சியில் இவ்வாறு இரட்டுகின்றன.

வயிறு + பசி > *வயிற்று + பசி = வயிற்றுப்பசி*

வயிறு உயிர்த்தொடர்க் குற்றியலுகரமாயினும், அஃது இரட்டி *வயிற்று* என்று ஆயின், வன்றொடர்க் குற்றியலுகரமாகிறது. எனவே வன்றொடர்க் குற்றியலுகர விதிப்படி வலிமிகுந்தது.

நாடு + பற்று > *நாட்டு + பற்று = நாட்டுப்பற்று*

நாடு, நெடிற்றொடர்க் குற்றியலுகரமாயினும் அஃது இரட்டி

நாட்டு என்று ஆயின், வன்றொடர்க் குற்றியலுகரமாகிறது; எனவே வன்றொடர்க் குற்றியலுகர விதிப்படி வலிமிகுந்தது.

விளக்கம்: எல்லா உயிர்த்தொடர், நெடிற்றொடர்க் குற்றியலுகரங்களும் ஒற்று இரட்டிப் புணர்வதில்லை. பகுதி என்று பொருள்படும் *கூறு* என்ற சொல்லும் எழுச்சி குறித்த *வீறு* என்ற சொல்லும் நெடிற்றொடர்க் குற்றியலுகரமாயினும் ஒற்று இரட்டிப் புணர்வதில்லை. இவ்விதியைப் பொருளறிந்து ஆளவேண்டும்.

அரிதாக மற்ற குற்றியலுகரங்கள் இவ்வாறு இரட்டி வன்றொடர்க் குற்றியலுகரமாயினும், வன்றொடர்க் குற்றியலுகரமானதால் அந்த விதிப்படி வலிமிகுந்தே புணரும்.

மருந்து + பை > மருத்து + பை = மருத்துப்பை

இரும்பு + பாதை > இருப்பு + பாதை = இருப்புப்பாதை

விளக்கம்: டு, று ஈறுகள் அல்லாத மற்ற உயிர்த்தொடர், நெடிற்றொடர்க் குற்றியலுகரங்கள் ஒற்று இரட்டிப் புணர்வது மிக அரிது. இலக்கிய வழக்கில் புலவர்கள் கையாண்ட தொடர்கள் மட்டுமே இவ்வாறு ஆளப்படுகின்றன. எனவே, வழக்கை அறிந்தே இவற்றைக் கையாளுதல் வேண்டும். விரும்பியவாறு இவற்றை ஒற்று இரட்டிப் புணர்த்தல் கூடாது.

10

உயிர் + உயிர்ப் புணர்ச்சி விதிகள்

உயிர் ஈற்று நிலைமொழியும் உயிர்முதல் நிலைமொழியும் புணர்வதையே உயிர் + உயிர்ப் புணர்ச்சி என்று குறிப்பிடுகிறோம். உயிர் ஈறு, உயிர்முதல் பற்றி முன்னர் விளக்கியிருந்தாலும் இங்குத் தேவைகருதி மீண்டும் நினைவுபடுத்திக் கொள்ளலாம்: உயிர் ஈறு என்பது சொல்லின் இறுதியில் நேரடியாக உயிரெழுத்தே வருவதன்று; உயிர்மெய் ஈறே உயிர் ஈறாகக் கொள்ளப்படுகிறது. அலை + ஓசை என்ற தொடரில், அலை என்ற நிலைமொழியின் இறுதி எழுத்து லை எனக் காட்சி தந்தாலும், அதில் ல் + ஐ என இரண்டு எழுத்துகள் உள்ளன. அவ்விரண்டில் ஐ என்ற உயிரெழுத்தே இறுதியில் நிற்கிறது. எனவே, அலை என்ற சொல்லின் ஈற்றெழுத்து ஐ என்ற உயிரேயாகும். ஆனால், உயிர்முதல் என்பது, உயிர்மெய் வடிவில் வாராது. முதலில் உயிரெழுத்தே வருவதுதான் உயிர் முதல் ஆகும். ஓசை என்ற சொல்லின் முதலெழுத்து ஓ என்ற உயிராகவே வந்துள்ளது. எனவே, அலை + ஓசை என்ற தொடரில், அலை என்ற சொல்லின் இறுதியில் உள்ள ஐ என்ற உயிரும், ஓசை என்ற சொல்லின் முதலில் உள்ள ஓ என்ற உயிரும் சந்திக்கின்றன. இதனால், இது, ஐ + ஓ என்றவாறு உயிர் + உயிர் சந்திக்கும் புணர்ச்சியாகும்.

மெய்ம்மயக்கம் பற்றிய பாடத்தில், மெய்யொலிகளில், சில மெய்கள் சில மெய்களுடன் மயங்குவதையும் வேறு சில மெய்களுடன் மயங்காமையையும் விளக்கமாக அறிந்தோம். ஆனால், உயிரொலிகள் முற்றாகவே ஒன்றுடன் ஒன்று மயங்குவதில்லை. அதாவது எந்த உயிரும் தானே தன்னுடனோ மற்ற உயிர்களுடனோ மயங்குவதில்லை. இதனால், இரண்டு உயிர்களை இடைவெளியின்றி அடுத்தடுத்து ஒலிப்பது இயலாது. அப்படி ஒலிக்க முயன்றால் இடையில் சிறு கால இடைவெளி நேரும். மேலே எடுத்துக்காட்டிய அலை, ஓசை என்ற சொற்களை நாம் தனித்தனியே ஒலிக்கும்போது மாற்றமின்றி அப்படியே

ஒலிக்கிறோம். ஆனால் சேர்த்து ஒலிக்கும்போது தன்னியல்பாகவே அவற்றை அலையோசை என்றுதான் ஒலிக்கிறோம். சேர்த்து ஒலிக்கும் போது, ஒ என்ற உயிர் யோ என்ற உயிர்மெய் ஆகிவிடுகிறது. அதாவது, ஐ + ஒ என்ற உயிர்களின் சந்திப்புக்கு இடையில் ய் என்ற மெய் தோன்றி, ஐ + ய் + ஓ = ஐயோ என்றாகிறது. இதுபோலவே உரு, ஆக்கம் என்ற இருசொற்களைச் சேர்த்து ஒலிக்கும்போது அவற்றை உருவாக்கம் என்றுதான் ஒலிக்கிறோம். இதில் ஆ என்ற உயிர் வா என்ற உயிர்மெய்யாகிவிடுகிறது. அதாவது, உ + ஆ என்ற உயிர்களின் சந்திப்புக்கு இடையில் வ் என்ற மெய் தோன்றி, உ + வ் + ஆ = உவா என்றாகிவிடுகிறது.

இவ்வாறு, இரண்டு உயிர்களை இடைவெளியின்றி அடுத்தடுத்து ஒலிக்க முடியாததால், அந்த உயிர்களை இடைவெளியின்றி ஒலிப்பதற்கு இடையில் ஒரு மெய் தேவைப்படுகிறது. ஒலிப்பில் உடன்படாத இரண்டு உயிர்களை உடன்படுத்த இந்த மெய் இடையில் வந்து உதவுகிறது. இயல்பாக உயிர்களை இவ்வாறு உடன்படுத்துவதற்கு ய், வ் என்ற இரண்டு மெய்களே பொருந்துகின்றன. இதனால், இந்த இரண்டு மெய்களும் உடம்படுமெய் என்ற பெயரால் சுட்டப் படுகின்றன. இந்த இரண்டு உடம்படுமெய்களுள் எந்த உயிர்களின் சந்திப்புக்கு இடையில் எந்த உடம்படுமெய் தோன்றும் என்பது நிலைமொழி ஈற்றில் உள்ள உயிரொலியைச் சார்ந்தே முடிவாகிறது. இதனை இலக்கண அறிஞர்களான முன்னோர் முறையாக ஆராய்ந்து அவற்றுக்குரிய தெளிவான விதிகளை நமக்கு உருவாக்கித் தந்திருக் கிறார்கள். இஃது ஒலிக்கூறு சார்ந்த புணர்ச்சிமுறையாகும்.

மேலே விளக்கியவாறு, உயிர்கள், உயிர் வடிவிலோ உயிர்மெய் வடிவிலோ சொல்லுக்கு ஈறாக வருகின்றன. ஆனாலும், எல்லா உயிர்களும் உயிர்வடிவிலும் உயிர்மெய் வடிவிலும் சொல்லுக்கு ஈறாக வருவதில்லை. உயிர்கள் சொல்லுக்கு ஈறாகும் முறை பின்வருமாறு:

ஆ, ஈ, ஊ, ஏ, ஓ, ஐ, ஔ - இவை ஓரெழுத்து மொழியாக மட்டும் உயிரெழுத்து வடிவில் ஈறாகும்; உயிர்மெய் வடிவிலும் ஈறாக வரும்;

அ, இ, உ, எ, ஒ - இவை ஐந்தும் தனிக்குறில் நிலைமொழியாயின் உயிர் வடிவிலேயே ஈறாக வரும்;

அ, இ, உ - இவை உயிர்மெய் வடிவிலும் ஈறாக வரும்;

எ, ஒ - இவை தனிக்குறிலாக அன்றி, இரண்டு அல்லது அதற்கு மேல் எழுத்துடைய சொற்களில் உயிர்மெய் ஈறாக வரமாட்டா.

எனவே, அ, இ, உ என்ற மூன்று குறில்களும், ஆ, ஈ, ஊ, ஏ, ஓ, ஐ, ஔ என்ற 7 நெடில்களுமாக 10 உயிர்கள் மட்டுமே, தனிக்குறில்

அல்லாத மற்ற சொற்களில், உயிர் ஈறாக வரும். உடம்படுமெய், நிலைமொழி உயிர் ஈற்றைச் சார்ந்தே வருவதால், இந்தப் பத்து உயிர்களும் ஈறாகி, அடுத்துவரும் உயிர் முதலுடன் சேரும்போது உடம்படுமெய் பெற்றுப் புணரும் முறைகளே இங்கு விதிகளாகத் தரப்படுகின்றன.

உயிர்உயிர் விதி 1

இ, ஈ, ஐ ஈறுகள் + உயிர்

நிலைமொழி இறுதியில் இ, ஈ, ஐ ஈறு இருந்தால் இடையில் யகர (ய்) உடம்படுமெய் வந்து அடுத்த உயிருடன் சேர்ந்து உயிர்மெய் ஆகிறது.

மணி + அடித்தான் > மணி + ய் + அடித்தான்= மணியடித்தான் **(இ + அ)** இகர ஈறு யகர உடம்படுமெய் பெற்றது.

விழி + ஓரம் > விழி + ய் + ஓரம் = விழியோரம் **(இ + ஓ)** இகர ஈறு யகர உடம்படுமெய் பெற்றது.

தீ + அணைந்தது > தீ + ய் + அணைந்தது = தீயணைந்தது **(ஈ + அ)** ஈ ஈறு யகர உடம்படுமெய் பெற்றது.

சீ + என்றான் > சீ + ய் + என்றான் = சீயென்றான் **(ஈ + எ)** ஈ ஈறு யகர உடம்படுமெய் பெற்றது.

மலை + அருவி > மலை + ய் + அருவி = மலையருவி **(ஐ + அ)** ஐ ஈறு யகர உடம்படுமெய் பெற்றது.

மறை + ஓது > மறை + ய் + ஓது = மறையோது **(ஐ + ஓ)** ஐ ஈறு யகர உடம்படுமெய் பெற்றது.

விளக்கம்: மேற்கண்ட எடுத்துக்காட்டுகளில் எல்லாம், வருமொழி முதல் உயிரெழுத்தாக இருக்க, நிலைமொழி ஈற்றிலுள்ள எழுத்துகள் இ, ஈ, ஐ என்ற மூன்றில் ஒன்றாக இருந்ததால், இடையில் ய் என்ற உடம்படுமெய் வந்தது. எடுத்துக்காட்டாக, மணி என்ற நிலைமொழி யின் இறுதி எழுத்து (ண் + இ), இ ஆனதால், ய் என்ற உடம்படுமெய் வந்து, ஓ என்ற வரும் உயிருடன் சேர்ந்து ஓ, ய் + ஓ = யோ ஆனது.

உயிர்உயிர் விதி 2

அ, ஆ, உ, ஊ, ஓ, ஔ ஈறுகள் + உயிர்

அ, ஆ, உ, ஊ, ஓ, ஔ என்ற ஈறுகள் இருந்தால் வகர (வ்) உடம்படுமெய் வந்து, வருமொழி முதல் உயிரெழுத்துடன் சேர்ந்து உயிர்மெய்யாகிப் புணரும்.

பல + ஆண்டு > பல + வ் + ஆண்டு = பலவாண்டு (அ + ஆ) அகர ஈறு வகர உடம்படு மெய் பெற்றது.

பிற + இனத்தார் > பிற + வ் + இனத்தார் = பிறவினத்தார் (அ + இ) அகர ஈறு வகர உடம்படுமெய் பெற்றது.

நிலா + ஒளி > நிலா + வ் + ஒளி = நிலாவொளி (ஆ + ஒ) ஆ ஈறு வகர உடம்படுமெய் பெற்றது.

விழா + எடுத்தார் > விழா + வ் + எடுத்தார் = விழாவெடுத்தார் (ஆ + எ) ஆ ஈறு வகர உடம்படுமெய் பெற்றது.

மெது + ஓட்டம் > மெது + வ் + வோட்டம் = மெதுவோட்டம் (உ + ஓ) உகர ஈறு வகர உடம்படுமெய் பெற்றது.

உரு + ஆக்கம் > உரு+வ் +ஆக்கம் = உருவாக்கம் (உ + ஆ) உகர ஈறு வகர உடம்படுமெய் பெற்றது.

பூ + ஆடை > பூ + வ் + ஆடை = பூவாடை (ஊ + ஆ) ஊகார ஈறு வகர உடம்படு மெய் பெற்றது.

மூ + அசை > மூ + வ் + அசை = மூவசை (ஊ + அ) ஊகார ஈறு வகர உடம்படு மெய் பெற்றது.

கோ + இல் > கோ + வ் + இல் = கோவில் (ஓ + இ) ஓகார ஈறு வகர உடம்படு மெய் பெற்றது.

சோ + என்று > சோ + வ் + என்று = சோவென்று (ஓ + எ) ஓகார ஈறு வகர உடம்படுமெய் பெற்றது.

ஔ + எழுது > ஔ + வ் + எழுது = ஔவெழுது (ஔ + எ) ஔ ஈறு வகர உடம்ப்படுமெய் பெற்றது.

கௌ + என்றாள் > கௌ + வ் + என்றாள் = கௌவென்றாள் (ஔ + எ) ஔ ஈறு வகர உடம்படுமெய் பெற்றது.

(புணர்ச்சி இலக்கணப்படி கோவில் என்பதே சரி. கோயில் என்ற சொல் ஏற்றுக்கொள்ளப்பட்ட போலி வடிவமாகும்)

விளக்கம்: மேற்கண்ட எடுத்துக்காட்டுகளில், வருமொழி முதல் உயிரெழுத்தாக இருக்க, நிலைமொழி ஈற்றில் உள்ள எழுத்துகள் அ, ஆ, உ, ஊ, ஓ, ஔ என்ற ஆறில் ஒன்றாக இருந்ததால், இடையில் வ் என்ற உடம்படுமெய் தோன்றியது. எடுத்துக்காட்டாக, பல என்ற நிலைமொழியின் இறுதி எழுத்து (ல் + அ) அ என்றிருப்பதால், இடையில் வ் என்ற உடம்படுமெய் தோன்றி, வருமொழி முதல் ஆ என்ற உயிருடன் சேர்ந்து வ் + ஆ = வா என உயிர்மெய்யானது. அ + ஆ சந்திப்பில் வ் உடம்படுமெய் தோன்றியது.

உயிர்உயிர் விதி 3

ஏ ஈறு + உயிர்

நிலைமொழியில் ஏ ஈறு இருந்தால், அது பெயர்ச்சொல் என்றால் வ் என்ற உடம்படுமெய்யும் இடைச்சொல் என்றால் ய் என்ற உடம்படு மெய்யும் வரும். உடம்படுமெய் வரும் புணர்ச்சியில், ஏகார ஈற்றில் ய் வருவதே ஒலியியல்பு; வ் வருவது பொருட்கூறு சார்ந்த செயற்கை ஏற்பாடேயாகும்.

தே + உலகம் > தே + வ் + உலகம் = தேவுலகம் *(தே - பெயர்ச்சொல்)*

அதே + இடம் > அதே + ய் + இடம் = அதேயிடம்; தே *(த்+ஏ)* இதிலுள்ள ஏ - உறுதிப் பொருளைத் தரும் இடைச்சொல்

விளக்கம்: மேற்கண்ட எடுத்துக்காட்டுகளில் நிலைமொழி ஈறு (த் + ஏ) ஏ என்ற உயிராக வந்தது. முதலாம் எடுத்துக்காட்டிலுள்ள தே என்பது தெய்வம் என்ற பொருளில் வந்த பெயர்ச்சொல். எனவே, இந்த ஏ ஈறு வ் என்ற உடம்படுமெய் பெற்றது. ஆனால், இரண்டாம் எடுத்துக்காட்டி லுள்ள அதே என்ற சொல்லிலுள்ள (அது + ஏ) ஏ என்பது உறுதிப்பொருள் தரும் ஏகார இடைச்சொல். எனவே, இந்த ஏ ஈறு, ய் என்ற உடம்படுமெய் பெற்றது. இதில் யகர உடம்படுமெய் வருவது ஒலிசார்ந்த புணர்ச்சி முறை. வகர உடம்படுமெய் வருவது பொருள்சார்ந்த புணர்ச்சி முறை. பெயரை வேறுபடுத்துவதற்காக வந்த புணர்ச்சி முறை இது.

உயிர் உயிர் விதி 4

வு ஈறு மட்டும்

உகர ஈறுகளில், வு (வ் + உ) என்பது மட்டும் உடம்படுமெய் வராமல், உகரம் மறைந்து, எஞ்சியுள்ள வ் என்ற மெய்யில் வருமொழி முதல் உயிர் சேர்ந்து உயிர்மெய்யாகிப் புணர்கிறது.

நிலவு + ஒளி > நிலவ் + ஒளி = நிலவொளி; வு *(வ் + உ)* ஈற்றின் உ என்ற உயிர் மறைந்து, எஞ்சிய வ் மெய்யில் ஒ சேர்ந்து வொ ஆனது.

கனவு + உலகம் > கனவ் + உலகம் = கனவுலகம்; வு *(வ் + உ)* ஈற்றின் உ என்ற உயிர் மறைந்து, எஞ்சிய வ் மெய்யில் உ சேர்ந்து வு ஆனது.

இரவு + ஆடை > இரவ் + ஆடை = இரவாடை; வு *(வ் + உ)* ஈற்றின் உ என்ற உயிர் மறைந்து, எஞ்சிய வ் மெய்யில் உ சேர்ந்து வு ஆனது

விளக்கம்: மேற்கண்ட எடுத்துக்காட்டுகளில், நிலைமொழி ஈறாக (வ் + உ) உ என்ற உயிர் வந்துள்ளது. முதல் விதிப்படி இந்த உகரத்துக்குப் பிறகு வ் என்ற உடம்படுமெய் வரவேண்டும். ஆனால், வு என முடியும் இந்த

ஈறுகளில், வ் + உ என்று வ் சேர்ந்திருப்பதால், இதற்கு மேலும் இன்னொரு வ் வந்து அதில் உயிர் கலந்தால் நிலவுவொளி என்றோ, கனவுவுலகம் என்றோ ஆகும். இதனால், அவற்றிலுள்ள வுவொ அல்லது வுவு என்ற எழுத்துகளை அடுத்தடுத்து ஒலிப்பது கடினமாகும். எனவேதான், வு ஈற்றுக்குப் பிறகு உடம்படுமெய் தோன்றாமல், அதிலுள்ள உகரத்தைத் தவிர்த்து, எஞ்சியுள்ள வ் என்ற மெய்யில் வருமுயிர் சேர்ந்து ஒலிப்பை எளிதாக்கியது. இஃது ஒலிப்பு எளிமை கருதிய புணர்ச்சிமுறையாகும்.

உயிர் உயிர் விதி 5

தனிக்குறில் நிலைமொழி

நிலைமொழி தனிக்குறிலாயின், அந்த உயிர் ஈறு எதுவாயினும், வ் என்ற மெய் வந்து இரட்டும். இரட்டிய வ் என்ற மெய் வருமொழி முதல் உயிருடன் சேர்ந்து உயிர்மெய்யாகும். ஈற்றொலியைச் சார்ந்து ய் அல்லது வ் தோன்றாமல் எல்லா ஈறுகளுக்குப் பின்னும் வ் என்ற மெய்யே வருவதால் இது உடம்படு மெய் என்று குறிக்கப்படுவதில்லை. தனிக் குறில் நிலைமொழி ஓர் எழுத்தைச் சுட்டவோ, சொல்லின் சுருக்க மாகவோ சுட்டெழுத்தாகவோ வினாவெழுத்தாகவோ வரலாம். தனிக் குறில் எதுவாயினும் இவ்வாறே புணரும்.

ஒ + ஒன்று > ஒ + வ் + வ் + ஒன்று = ஒவ்வொன்று - வ் வந்து இரட்டியது

இ + இரண்டு > இ + வ் + வ் + இரண்டு = இவ்விரண்டு - வ் வந்து இரட்டியது

எ + ஏழு > எ + வ் + வ் + ஏழு = எவ்வேழு - வ் வந்து இரட்டியது

அ + உலகம் > அ + வ் + வ் + உலகம் = அவ்வுலகம் - வ் வந்து இரட்டியது

இ + ஊர் > இ + வ் + வ் + ஊர் = இவ்வூர் - வ் வந்து இரட்டியது

உ + இடம் > உ + வ் + வ் + இடம் = உவ்விடம் - வ் வந்து இரட்டியது

எ + அரசன் > எ + வ் + வ் + அரசன் = எவ்வரசன் - வ் வந்து இரட்டியது

விளக்கம்: மேற்கண்ட எடுத்துக்காட்டுகளில் நிலைமொழி ஈறுகளாக உயிர்களே வந்துள்ளன. முதல் விதிப்படி, இவற்றில் ஒ, அ, உ என்ற முதல் மூன்று ஈறுகளுக்குப்பின் வ் என்ற மெய்யும், இ, எ என்ற பிந்திய ஈறுகளுக்குப்பின் ய் என்ற உடம்படுமெய்யும் தோன்றவேண்டும். ஆனால், எடுத்துக்காட்டுகளின்படி எல்லா ஈறுகளுக்குப் பின்னும் வ் என்ற மெய்யே தோன்றியுள்ளது. அதுமட்டுமன்றி, வருமொழி முதல் உயிருடன் சேர்வதற்குமுன், அந்த வ் என்ற மெய் இரண்டாக விரிந்து பிந்திய மெய்யில் வரும் உயிர் சேர்ந்து உயிர்மெய்யாகிறது. நிலை மொழியான தனிக்குறிலை ஒலித்தபின் மூச்சாற்றல் நிறையவே

எஞ்சியிருப்பதால் அடுத்து ஒலிக்கும் மெய்யில் அதிக ஒலி அழுத்தம் ஏற்படுகிறது. இதனால் இதன் புணர்ச்சி இவ்வாறு வேறுபடுகிறது. இஃது ஒலிக்கூறு சார்ந்த புணர்ச்சியேயாகும்.

11

மெய் + உயிர்ப் புணர்ச்சி விதிகள்

மெய்யீற்று நிலைமொழியும் உயிர்முதல் வருமொழியும் புணர்வதையே மெய் + உயிர்ப் புணர்ச்சி என்று குறிக்கிறோம். தமிழிலுள்ள உயிர்மெய் எழுத்துகள் எல்லாம் மெய்யும் உயிரும் சேர்ந்து ஒலிக்கும் எழுத்துகளே. எனவே, மெய்யை அடுத்து உயிர் வந்தால், இரண்டும் கலந்து உயிர்மெய் ஆகுதல் மிக இயல்பாக நடந்துவிடக்கூடிய மாற்றமேயாகும். இதன்படி, சொற்களின் புணர்ச்சியில் மெய்யீறும் உயிர்முதலும் சந்திக்கும்போது அவை சேர்ந்து உயிர்மெய்யாகியே புணர்கின்றன.

முன்னரே விளக்கியவாறு, ஈற்றெழுத்தாக வரக்கூடிய ஞ், ண், ந், ம், ன்; ய், ர், ல், வ், ழ், ள் என்ற 11 மெய்களில், ஞ், ந், வ் மூன்றும் இன்றைய வழக்கில் ஈறாவதில்லை. ம் என்ற மெய், மற்ற மெய்களிலிருந்தும் பலவாறு வேறுபட்டுப் புணர்வதால், மகர ஈற்றுப் புணர்ச்சி என்ற தலைப்பில் தனியே தரப்பட்டுள்ளது.

எனவே, எஞ்சியுள்ள ண், ன், ள், ல், ய், ர், ழ் ஆகிய 7 மெய் ஈறுகளுக்கு உரிய புணர்ச்சி விதிகள் மட்டுமே இந்தப் பகுதியில் தரப்படுகின்றன.

மெய் + உயிர் விதி 1

பொது

மெய் + உயிர்ப் புணர்ச்சியில், நிலைமொழி ஈற்று மெய்கள், வருமொழி முதல் உயிருடன் சேர்ந்து இயல்பாக உயிர்மெய்யாகிப் புணர்கின்றன.

வீண்	+	ஆசை	=	வீணாசை
முரண்	+	அணி	=	முரணணி
தேன்	+	அடை	=	தேனடை
பயன்	+	உண்டு	=	பயனுண்டு

பால் + உணவு = பாலுணவு

கடல் + ஆழம் = கடலாழம்

வாள் + உறை = வாளுறை

பொருள் + இயல் = பொருளியல்

தாய் + அன்பு = தாயன்பு

சேய் + உறவு = சேயுறவு

பார் + உலகு = பாருலகு

மலர் + அழகு = மலரழகு

கூழ் + உணவு = கூழுணவு

தமிழ் + உணர்வு = தமிழுணர்வு

விளக்கம்: மேற்கண்ட எடுத்துக்காட்டுகளில் நிலைமொழி ஈற்று மெய்யும் வருமொழி முதல் உயிரும் சேர்ந்து உயிர்மெய்யாகின. இந்த நிலைமொழிகள் எல்லாம், நெடிலுடன் மெய் வந்த ஈரெழுத்துச் சொல்லாகவோ, இரண்டுக்குமேல் எழுத்துகளுடைய சொல்லாகவோ இருப்பதைக் காணலாம். தனிக்குறிலுடன் மெய் வரும் நிலைமொழி களின் புணர்ச்சி வேறுபடுவதால், அது தனிவிதி பெற்றது.

மெய் + உயிர் விதி 2

தனிக்குறில் மெய் நிலைமொழி

மெய் உயிர்ப் புணர்ச்சியில், நிலைமொழி தனிக்குறிலுடன் வந்த மெய் எனில், மெய்யீறு இரட்டி, இரட்டிய மெய் வருமொழி உயிர்சேர்ந்து உயிர்மெய்யாகும். ர், ழ் என்ற இருமெய்கள் தனிக் குறிலுக்குப்பின் வருவதில்லை. அவை தவிர்த்த மற்ற மெய்களுக்கு எடுத்துக்காட்டுகள் தரப்பட்டுள்ளன.

கண் + இமை = கண்ணிமை

பொன் + ஒளி = பொன்னொளி

பல் + அடுக்கு = பல்லடுக்கு

உள் + அறை = உள்ளறை

மெய் + அறிவு = மெய்யறிவு

விளக்கம்: தனிக்குறிலுக்குப் பிந்திய மெய், சொல்லிலேயே இருந் தாலும் புணர்ச்சிக்காகத் தோன்றினாலும், முன்னரே விளக்கியபடி எஞ்சியுள்ள மிகுதியான மூச்சாற்றலின் அழுத்தத்தால் இரட்டியே புணர்வதை இங்கும் காண்கிறோம். இதுவும் ஒலிக்கூறு சார்ந்த புணர்ச்சியேயாகும்.

மகர மெய்யீற்று விதி 1

அடைப்பெயர் நிலைமொழி

மகர (ம்) நிலைமொழி அடைப்பெயராக இருந்தால், வருமொழி முதல் எதுவாயினும் மகர (ம்) ஈறு கெட்டுத்தான் புணரும்.

1/1. ம் + உயிர்

அடைப்பெயர் ஈற்று மகரம் (ம்) கெட்டபின், எஞ்சிய உயிர் ஈறு உயிர் வந்தால், உடம்படுமெய் பெற்றுப் புணரும்.

மணம் + அறை > மண + வ் + அறை = மணவறை (*மணம்*, அறையை விளக்கும் அடைப்பெயர்)

மரம் + உரல் > மர + வ் + உரல் = மரவுரல் (*மரம்*, உரலை விளக்கும் அடைப்பெயர்)

மனம் + இருள் > மன + வ் + இருள் = மனவிருள் (*மனம்*, இருள் என்ற சொல்லை விளக்கும் அடைப்பெயர்)

காலம் + அட்டவணை > கால + அட்டவணை = காலவட்டவணை (*காலம்*, அட்டவணையை விளக்கும் அடைப்பெயர்)

1/2. ம் + ஞநமயவ

அடைப்பெயர் ஈற்று மகரம் (ம்) மெய் கெட்டபின், எஞ்சிய உயீர் ஈறு ஞ, ந, ம, ய, வ வந்தால் இயல்பாகப் புணரும்.

இனம் + ஞாயிறு = இனஞாயிறு
மனம் + நலம் = மனநலம்
குணம் + மாண்பு = குணமாண்பு
மதம் + யானை = மதயானை
மணம் + வாழ்க்கை = மணவாழ்க்கை

1/3. ம் + கசதப

அடைப்பெயர் ஈற்று மகர (ம்) மெய் கெட்டபின், *க, ச, த, ப* மெய்கள் வந்தால், வலிமிகுந்து புணரும்.

ஆழம் + கடல் = ஆழக்கடல்
மனம் + சான்று = மனச்சான்று
மானம் + தமிழன் = மானத்தமிழன்
களம் + பயிற்சி = களப்பயிற்சி

மகர மெய்யீற்று விதி 2

அடைப்பெயர் அல்லாத நிலைமொழி

அடைப்பெயர் அல்லாத மகர (ம்) ஈற்று நிலைமொழி, மகர (ம்) கெடாமல் பின்வரும் முறைகளில் புணரும்.

2/1. ம் + உயிர்

அடைப்பெயர் அல்லாத மகர (ம்) ஈற்று நிலைமொழி, உயிர் வந்தால் உயிர்மெய்யாகிப் புணரும்.

மரம் + அறுத்தான் = மரமறுத்தான் (மரம், அடைப்பெயர் அன்று)
நலம் + அடைந்தான் = நலமடைந்தான் (நலம், அடைப்பெயர் அன்று)
உள்ளம் + உடல் = உள்ளமுடல் (உள்ளம், அடைப்பெயர் அன்று)
ஆக்கம் +அழிவு = ஆக்கமழிவு (ஆக்கம், அடைப்பெயர் அன்று)

2/2. ம் + கசத

அடைப்பெயர் அல்லாத மகர (ம்) ஈற்று நிலைமொழி, க, ச, த மெய்கள் வந்தால், ஈற்று மகர (ம்) மெய் இன மெல்லெழுத்தாகும்.

பாலம் + கடந்து = பாலங்கடந்து
இடம் + சார்ந்து = இடஞ்சார்ந்து
காலம் + தாழ்ந்து = காலந்தாழ்ந்து

2/3. ம் + பமயவ

அடைப்பெயர் அல்லாத மகர (ம்) ஈற்று நிலைமொழி, ப, ம, ய, வ மெய்கள் வந்தால் இயல்பாகப் புணரும். ப என்ற வருமொழி முதல் எழுத்து, வல்லின மெய்யாக இருந்தாலும், அதன் இன மெல்லெழுத்து ம் என்ற மெய்யாக இருப்பதால், இன மெல்லெழுத்து மாறத் தேவைப் படுவதில்லை.

நேரம் + பார்த்து = நேரம்பார்த்து
கோலம் + மாறும் = கோலம்மாறும்
காலம் + யாது = காலம்யாது
பணம் + வேண்டும் = பணம்வேண்டும்

2/4. ம் + ஞந

அடைப்பெயர் அல்லாத மகர (ம்) ஈற்று நிலைமொழி, குறில்மெய் வடிவமாயின், ஞந மெய்கள் வந்தால் மகர (ம்) ஈறு, வருமொழி முதலில் உள்ள மெய்யாக மாறும்.

எம்	+	ஞேயம்	=	எஞ்ஞேயம்;
செம் (மை)	+	ஞாயிறு	=	செஞ்ஞாயிறு
நம்	+	நாடு	=	நந்நாடு
மும் (மை)	+	நூறு	=	முந்நூறு

12

உயிர் + மெய்ப் புணர்ச்சி விதிகள்

உயிரெழுத்துகள் பன்னிரண்டில், தனிக்குறில்களும் தனிநெடில்களும் மட்டுமே உயிர்வடிவில் ஈறாக வரும் என்பதையும், இரண்டு அல்லது அதற்கு மேற்பட்ட எழுத்துகளைக் கொண்ட சொற்களில் அவை, உயிர்மெய் வடிவிலேயே ஈறாகும் என்பதையும் முன்னரே, எழுத்துகள் வரும் முறை பற்றிய பாடத்தில் அறிந்தோம்.

ய், ர், ழ் என்ற மூன்றும் மற்ற மெய்களைச் சந்திக்கும்போது, உயிர் ஈறு போலவே புணர்கின்றன. எனவே, இங்கு உயிர் ஈறுகளுடன், ய், ர், ழ் என்ற மூன்று மெய்யீறுகளையும் இணைத்து விதிகளைக் காணவிருக் கிறோம். வருமொழி முதலில் க, ச, த, ப என்ற 4 வல்லினம், ஞ, ந, ம என்ற 3 மெல்லினம், ய, வ என்ற 2 இடையினம் ஆக மொத்தம் 9 மெய்கள் வருவதை முன்னரே அறிந்தோம். மேற்கண்ட ஈறுகள் இந்த முதல்களுடன் புணரும் முறை, இயல்பு அல்லது மிகுதல் என்ற இருவிதங்களியே நிகழ்கிறது. உயர்திணைப் பெயர் இயல்பாகவே புணரும் என்பதையும் அதன் விதிவிலக்குகளையும் மரபு விதி பற்றிய பகுதியில் அறிந்தோம். எனவே, இங்கு வரும் விதிகள் அஃறிணைப் பெயர்களுக்கே என்பதை மறத்தலாகாது.

அடைப்பெயரும் அடுக்குப்பெயரும்

கலைச்சொற்கள் என்ற தலைப்பில், பெயர்பெயர்த் தொடர் என்றொரு சொல் புணரிலக்கணக் கலைச்சொற்களில் ஒன்றாக முன்னரே விளக்கப் பட்டது. அதை இங்கு மீண்டும் நினைவுபடுத்திக் கொள்வோம். இதன் நிலைமொழியையும், அடைப்பெயர் என்றும் அடுக்குப்பெயர் என்றும் இருவகைப்படுத்தினோம். இவை புதிய புணர்ச்சி விதிகளைப் புரிந்து கொள்வதற்கு இன்றியமையாத சொற்களாகும்.

இரு பெயர்கள் கொண்ட தொடரில் முதற்பெயர், அடுத்த பெயரைப் பற்றி விளக்குவதாயின், அந்த முதற்பெயரை *அடைப்பெயர்* என்று குறித்தோம்; இரு பெயர்கள் தங்களுக்குள் பொருள் தொடர்பின்றி அடுக்கிவந்தால் அதன் முதற்பெயரை *அடுக்குப்பெயர்* என்று குறித்தோம். இதில் ஒரே பெயர் இருமுறை அடுக்கி வந்தாலும், இருவேறு பெயர்கள் அடுக்கிவந்தாலும் அவற்றுள் முதற்பெயர் அடுக்குப் பெயர்தான்.

மரம் + கிளை = மரக்கிளை - என்ன *கிளை* என்பதை விளக்கிய *மரம்* அடைப்பெயர்

பனி + துளி = பனித்துளி - என்ன *துளி* என்பதை விளக்கிய *பனி* அடைப்பெயர்

காய் + காய் = காய்காய் - பொருள்தொடர்பின்றி - ஒரே பெயர் வந்த அடுக்குத் தொடர்; *காய்*, அடுக்குப்பெயர்.

காய் + கறி = காய்கறி - பொருள்தொடர்பின்றி - இருபெயர் வந்த அடுக்குத் தொடர்; *காய்* அடுக்குப் பெயர்

இங்குக் கூறப்படும் புணர்ச்சி விதிகளில் முதன்மையானவை பெயர் நிலைமொழிகளுக்கே என்பதால், மேற்கண்ட வகைப்பாட்டை மனத்தில் இருத்தியவாறே விதிகளைக் காண்போம்.

தனிக்குறில் விதி

தனிக்குறில் + கசதப ஞநம யவ

தனிக்குறில் நிலைமொழி எல்லாத் தொடர்களிலும் வருமொழி முதல் மெய் எதுவாயினும் அதுவே மிகுந்து புணர்கிறது; *ய* என்ற மெய் வந்தால் மட்டும் *வ்* என்ற மெய் மிகுகிறது. இஃது ஒலிக்கூறு சார்ந்த விதியாகும்

ம + குறுகும் = மக்குறுகும் - வருமொழி முதல் *க* வந்ததால் *க்* மிகுந்தது

அ + செய்தி = அச்செய்தி - வருமொழி முதல் *ச* வந்ததால் *ச்* மிகுந்தது

இ + திசை = இத்திசை - வருமொழி முதல் *த* வந்ததால் *த்* மிகுந்தது

ங + போல் = ஙப்போல் - வருமொழி முதல் *ப* வந்ததால் *ப்* மிகுந்தது

அ + ஞாலம் = அஞ்ஞாலம் - வருமொழி முதல் *ஞ* வந்ததால் *ஞ்* மிகுந்தது

மு + நாள் = முந்நாள் - வருமொழி முதல் *ந* வந்ததால் *ந்* மிகுந்தது

எ + முறை = எம்முறை - வருமொழி முதல் *ம* வந்ததால் *ம்* மிகுந்தது

அ + வழி = அவ்வழி - வருமொழி முதல் *வ* வந்ததால் *வ்* மிகுந்தது

இ + யானை = இவ்யானை - *ய* முதல் வந்ததால் *வ்* மிகுந்தது

பெயர்ச்சொல் பொதுவிதி 1

பெயர் நிலைமொழி

அ உ ஆ ஈ ஊ ஏ ஓ ஔ + கசதப

அ, உ, ஆ, ஈ, ஊ, ஏ, ஓ, ஔ என்ற 8 உயிர் ஈற்று அஃறிணைப் பெயர் எல்லாமே வலிமிகும். ஔ ஈறு மட்டும் உகரம் தோன்றி வலிமிகும். (இங்கு உ என்றது வடு மது எனத் தனிக்குறிலுடன் வரும் முற்றியலுகரம்)

மக + பேறு = மகப்பேறு - அ ஈற்றுப் பெயர்பெயர் வலிமிகுந்தது

மக + பெற்றான் = மகப்பெற்றான் - அ ஈற்றுப்பெயர்வினை வலி மிகுந்தது

மது + புட்டி = மதுப்புட்டி - உ ஈற்றுப் பெயர்பெயர் வலிமிகுந்தது

உரு + குலைந்து = உருக்குலைந்து - உ ஈற்றுப் பெயர்வினை வலி மிகுந்தது

புழு + பூச்சி = புழுப்பூச்சி; உ ஈற்று அடுக்குப் பெயர் வலிமிகுந்தது.

இரா + பகல் = இராப்பகல் - ஆ ஈற்றுப் அடுக்குப்பெயர் வலிமிகுந்தது.

கனா + கண்டான் = கனாக்கண்டான் - ஆ ஈற்றுப் பெயர்வினை வலி மிகுந்தது.

புறா + புறா = புறாப்புறா; ஆ ஈற்று அடுக்குப் பெயர் வலிமிகுந்தது.

தீ + புண் = தீப்புண் - ஈ ஈற்றுப் பெயர்பெயர் வலிமிகுந்தது.

ஈ + கடித்தது = ஈக்கடித்தது - ஈ ஈற்றுப் பெயர்வினை வலிமிகுந்தது.

பூ + கூடை = பூக்கூடை - ஊ ஈற்றுப் பெயர்பெயர் வலிமிகுந்தது.

பூ + பறித்தாள் = பூப்பறித்தாள் - ஊ ஈற்றுப் பெயர்வினை வலிமிகுந்தது.

சே + கொம்பு = சேக்கொம்பு - ஏ ஈற்றுப் பெயர்பெயர் வலிமிகுந்தது.

சே + கத்தியது = சேக்கத்தியது - ஏ ஈற்றுப் பெயர்வினை வலிமிகுந்தது.

கோ + பெருமை = கோப்பெருமை - ஓ ஈற்றுப் பெயர்பெயர் வலிமிகுந்தது.

ஓ + போடு = ஓப்போடு - ஓ ஈற்றுப் பெயர்வினை வலிமிகுந்தது.

கௌ + கடுமை = கௌவுக்கடுமை - ஔ ஈற்றுப் பெயர் உ-தோன்றி வலிமிகுந்தது.

கௌ + கௌவியது = கௌவுக்கௌவியது - பெயர்வினை உ-தோன்றி வலி மிகுந்தது.

விளக்கம்: இந்த 8 ஈறுடைய எந்தப் பெயரும் வலிமிகும் என்பது மிக எளிய விதி. ஒலியும் பொருளும் சார்ந்தது. என்ன தொடர்? வருமொழி பெயரா? வினையா? என்றெல்லாம் கருதத் தேவையில்லை. இந்த ஈற்று நிலைமொழி பெயராயின் வலிமிகும்.

பெயர்ச்சொல் பொதுவிதி 2

பெயர் நிலைமொழி

இ ஐ வு ய் ர் ழ் ம் + கசதப

பெயர்பெயர்த் தொடரில் இ, ஐ, வு, ய், ர், ழ், ம் என்ற ஏழு ஈறுகள் கொண்ட அஃறிணைப் பெயர் நிலைமொழி, அடைப்பெயர் என்றால் வலிமிகும். அடுக்குப்பெயர்த் தொடரிலும், பெயர்வினைத் தொடரிலும் வலிமிகாது. இவற்றுள் ம் என்ற மெய்யீற்றுச்சொல் வலிமிகும் போது மகரம் கெட்டுப் புணரும். இங்கு வு என்றது கதவு, நிலவு போன்ற சொற்களின் இறுதியில் உள்ள வ் + உ சேர்ந்த வு என்ற எழுத்தைக் குறிக்கிறது.

கனி + சுவை = கனிச்சுவை - பெயர்பெயர், கனி அடைப்பெயர்

கனி + சுவைத்தான் = கனிசுவைத்தான் - பெயர்வினைத் தொடர்

புலி + புலி = புலிபுலி - அடுக்குப்பெயர் (அதே சொற்கள்)

பசி + பட்டினி = பசிபட்டினி - அடுக்குப்பெயர் (இரு சொற்கள்)

கனவு + கன்னி = கனவுக்கன்னி - பெயர்பெயர்; கனவு அடைப்பெயர்

கனவு + கண்டான் = கனவு கண்டான் - பெயர்வினைத் தொடர்

பூவு + பூவு = பூவுபூவு - அடுக்குப்பெயர் (அதே சொற்கள்)

ஃவு + சோவு = ஃவுசோவு - அடுக்குப்பெயர் (இரு சொற்கள்)

சிறை + கதவு = சிறைக்கதவு - பெயர்பெயர்; சிறை அடைப்பெயர்

சிறை + சென்றான் = சிறைசென்றான் - பெயர்வினைத் தொடர்

கொலை + கொலை = கொலைகொலை - அடுக்குப்பெயர் அதே சொற்கள்

இலை + தழை = இலைதழை - அடுக்குப்பெயர் (இருசொற்கள்)

நெய் + கிண்ணம் = நெய்க்கிண்ணம் - பெயர்பெயர்த் தொடர்; நெய் அடைப்பெயர்

நெய் + தடவினான் = நெய்தடவினான் - பெயர்வினைத் தொடர்

பேய் + பேய் = பேய்பேய் - அடுக்குப்பெயர்; அதே சொற்கள்

காய் + கறி = காய்கறி - அடுக்குப்பெயர்; வேறு சொற்கள்

தேர் + கால் = தேர்க்கால் - பெயர்பெயர்; தேர், அடைப்பெயர்

தேர் + கண்டான் = தேர்கண்டான் - பெயர்வினைத் தொடர்

தேர் + தேர் = தேர்தேர் - அடுக்குப்பெயர்; அதே சொற்கள்

சீர் + சீராட்டு = சீர்சீராட்டு - அடுக்குப்பெயர்; வேறு சொற்கள்

கூழ் + பானை = கூழ்ப்பானை - பெயர்பெயர்; கூழ் அடைப்பெயர்

கூழ் + குடித்தான் = கூழ்குடித்தான் - பெயர்வினைத் தொடர்
பாழ் + பாழ் = பாழ்பாழ் - அடுக்குப்பெயர்; அதே சொற்கள்
கூழ் + கஞ்சி = கூழ்கஞ்சி - அடுக்குப்பெயர்; வேறு சொற்கள்
அறம் + பாதை = அறப்பாதை - பெயர்பெயர்; அறம் அடைப்பெயர்
அறம் + போற்று = அறம்போற்று - பெயர்வினைத் தொடர்
குடம் + குடம் = குடங்குடம் - அடுக்குப்பெயர்; வேறு சொற்கள்
குலம் + கோத்திரம் = குலங்கோத்திரம் - அடுக்குப்பெயர்; வேறு சொற்கள்

விளக்கம்: இங்குக் கூறிய ஈறுகளுடைய நிலைமொழி, அடைப்பெயராய் வந்தால் மட்டுமே வலிமிகுகிறது. மற்ற எந்தவகைப் பெயர் நிலை மொழியும் இயல்பாகவே புணர்கிறது. அடைப்பெயரை அடையாளம் காணத் தெரிந்துகொண்டால் மிக எளிதாக இந்த விதியைக் கையாளலாம். இது பொருட்கூறு சார்ந்த விதி.

விதி விலக்கு 2.1

கூட்டுவினைப் பெயர்

மேலே கூறிய விதிப்படி, பெயர்பெயர்த் தொடரின் நிலைமொழி, இ, ஐ, வு, ய், ர், ழ், ம் என்ற ஈறுகளில் ஒன்றைக் கொண்டிருந்து, அந்த நிலைமொழி அடைப்பெயராகவும் இருந்தால், அதில் வலிமிகும். ஆனால், சில தொடர்கள் இருபெயர்களின் சேர்க்கை போலத் தோன்றினாலும், அவை ஒரே கூட்டுவினையிலிருந்து உருவான கூட்டுவினாப்பெயராக இருத்தல்கூடும். இதனை இருபெயர்களாகக் கொள்ளாமல் ஒரே வினைச்சொல்லிலிருந்து உருவான ஒரே பெயராகக் கொள்ளுதல் வேண்டும். இருபெயர்களாகக் கொண்டு புணர்த்தலாகாது. கூட்டுவினை வடிவம் எப்படிப் புணர்ந்திருந்ததோ அப்படியே அதன் கூட்டு வினைப்பெயரும் இருக்கும். புணர்ச்சி நிலை மாறாது. இது பொருட்கூறு சார்ந்த விதிவிலக்கு. கூட்டுவினைப் பெயர் பற்றி முன்னரே புதிய கலைச் சொற்கள் என்ற பகுதியில் விளக்கம் தரப்பட்டுள்ளது.

இடிதாங்கியது - கூட்டுவினை வலிமிகவில்லை
இடிதாங்கி - கூட்டுவினைப் பெயரும் வலிமிகவில்லை
முடிதிருத்தினான் - கூட்டுவினை வலிமிகவில்லை
முடிதிருத்தம் - கூட்டுவினைப் பெயரும் வலிமிகவில்லை
சுமைதாங்கினார் - கூட்டுவினை வலிமிகவில்லை
சுமைதாங்கி - கூட்டுவினைப் பெயரும் வலிமிகவில்லை

தொலைபேசினான் - **கூட்டுவினை வலிமிகவில்லை**

தொலைபேசி - **கூட்டுவினைப் பெயரும் வலிமிகவில்லை**

நெய்திருடினான் - **கூட்டுவினை வலிமிகவில்லை**

நெய்திருடி - **கூட்டுவினைப் பெயரும் வலிமிகவில்லை**

தேங்காய் துருவு - **கூட்டுவினை வலிமிகவில்லை**

தேங்காய்துருவி - **கூட்டுவினைப் பெயரும் வலிமிகவில்லை**

ஊர்சுற்றினான் - **கூட்டுவினை வலிமிகவில்லை**

ஊர்சுற்றி - **கூட்டுவினைப் பெயரும் வலிமிகவில்லை**

பெயர்தாங்கினான் - **கூட்டுவினை வலிமிகவில்லை**

பெயர்தாங்கி - **கூட்டுவினைப் பெயரும் வலிமிகவில்லை**

கூழ்குடித்தான் - **கூட்டுவினை வலிமிகவில்லை**

கூழ்குடிக்கி - **கூட்டுவினைப் பெயரும் வலிமிகவில்லைல**

அறந்தாங்கினான் - **கூட்டுவினை வலிமிகவில்லை**

அறந்தாங்கி - **கூட்டுவினைப் பெயரும் வலிமிகவில்லை**

தூக்குத்தூக்கினான் - **கூட்டுவினை வலிமிகுந்தது**

தூக்குத்தூக்கி - **கூட்டுவினைப் பெயரும் வலிமிகுந்தது**

உருப்பெருக்கியது - **கூட்டுவினை வலிமிகுந்தது**

உருப்பெருக்கி - **கூட்டுவினைப் பெயரும் வலிமிகுந்தது**

விளக்கம்: *சுற்று* என்பது சுற்றிவரும் செயலைக் குறிக்கிறது; *ஊர்* என்பது இடத்தைக் குறிக்கிறது. இவை இரண்டும் சேர்ந்து *ஊர்சுற்று* என்று ஒரு புதிய செயலைக் குறிக்கும் கூட்டுவினை ஆயின. இது, *ஊர்சுற்று, ஊர்சுற்றினான், ஊர்சுற்றினாய்* என எல்லா வினைவடிவங்களிலும் வரும். *ஊர்சுற்றி* என்று கருவிப் பெயராகும்போது, அது, *ஊர்சுற்று* என்ற கூட்டுவினையிலிருந்து உருவான பெயரே. அதை *ஊர்* என்ற பெயரும் *சுற்றி* என்ற வினைப்பெயரும் சேர்ந்த தொடராகக் கருத வேண்டியதில்லை. இதுபோல், *தொலைபேசி* என்பதைத் *தொலைபேசு* என்ற கூட்டுவினையில் உருவான கூட்டுவினைப் பெயராகக் கொள்ளுவதே தக்கது. ஆனால், *காட்சி* என்ற சொல் *தொலைகாட்சினான்* என்பது போலக் கூட்டுவினையாகாது. எனவே, தொலைக்காட்சி கூட்டுவினைப் பெயரன்று; *தொலை, காட்சி* என்ற இருவேறு பெயர் சேர்ந்த பெயர்பெயர்த் தொடரேயாகும். தொலைபேசி கூட்டுவினைப் பெயர் வினைபோலவே வலிமிகவில்லை. தொலைக்காட்சி பெயர் பெயர்த் தொடர்; நிலைமொழி அடைப்பெயர் வலிமிகுந்தது.

மாற்றுப்பெயர் விதி

சுட்டெழுத்து அடியாகப் பிறக்கும் *அது*, *அவை* போன்ற சுட்டுப் பெயர்களும் நான், நீ, நாங்கள் போன்ற இடப்பெயர்களும் மூவிடங் களைக் குறித்து வருவதால் *மூவிடப்பெயர்* என்றும் குறிக்கப்படு கின்றன. வினாவெழுத்து அடியாகப் பிறக்கும் *எது*, *எவை*, *யாவை* போன்றவை *வினாப்பெயர்* எனப்படுகின்றன. வினையிலிருந்து உருவாகும் *வந்தது*, *சொன்னவர்*, *நல்லது*, *இனியவர்* போன்றவை *வினையாலணையும் பெயர்* எனப்படுகின்றன. மேற்கூறிய பெயர்கள் எல்லாமே, வாக்கியங்களில் இயற்பெயர்களுக்கு மாற்றுப் பெயர்களாக வரக்கூடியவை. வாக்கியங்களில் கூறப்பட்ட பெயர்களை மீண்டும் குறிக்கும்போது அதே பெயர்களை மீண்டும் பயன்படுத்தாமல் அவற்றுக்கு மாற்றாக ஆளப்படுவதால் இவை *மாற்றுப்பெயர்* எனப் படுகின்றன. இந்தப் பெயர்கள் யாவும் இயல்பாகவே புணரும்.

அது	+	*பெரிது*	=	*அது பெரிது*
அவை	+	*போயின*	=	*அவை போயின*
எவை	+	*சிறந்தவை*	=	*எவை சிறந்தவை*
அவர்	+	*கருத்து*	=	*அவர் கருத்து*
எது	+	*சிறியது*	=	*எது சிறியது*
எவர்	+	*பொருள்*	=	*எவர் பொருள்*
யாது	+	*பேசினார்*	=	*யாது பேசினார்*
யாவை	+	*தீர்ந்தன*	=	*யாவை தீர்ந்தன*
வந்தது	+	*தவறு*	=	*வந்தது தவறு*
நல்லவை	+	*செய்க*	=	*நல்லவை செய்க*
எடுத்தவர்	+	*குற்றம்*	=	*எடுத்தவர் குற்றம்*
வென்றவர்	+	*கூற்று*	=	*வென்றவர் கூற்று*

எண்ணுப்பெயர்ப் புணர்ச்சி

எண்களைக் குறிக்கும் சொல் *எண்ணுப்பெயர்* எனப்படுகிறது. இந்தப் பெயர்களுள் *ஒன்று*, *இரண்டு*, *மூன்று* போன்றவை நேரடியாக எண்ணைக் குறிக்கின்றன. *ஒருமை*, *இருமை*, *மும்மை* போன்றவை எண்ணாகிய தன்மையைப் பண்பாகச் சுட்டி நிற்கின்றன. இவை இரண்டன் புணர்ச்சி முறைகள் வேறுபடுவதால், அவை தனித்தனி விதிபெறுகின்றன. (இரண்டு என்பது இரண்டாகிய *எண்ணைக்* குறிக் கிறது; இருமை என்பது இரண்டாய் விளங்கும் *தன்மையைக்* குறிக்கிறது. மற்ற எண்களும் இவ்வாறே.)

எண்ணுப்பெயர் விதி 1

முழு எண்ணுப்பெயர்கள்

நேரடியாக எண் குறித்த எண்ணுப்பெயர்களில் ஆயிரம், இலக்கம், கோடி தவிர மற்ற எல்லாம் உகர ஈறு கொண்டவை. இவற்றுள் எட்டு, பத்து என்பனவும், இவற்றுடன் முடியும் மற்ற எண்ணுப்பெயர் களும் வன்றொடர்க் குற்றியலுகரம் என்பதால் வலிமிகுகின்றன; கோடி என்ற எண் அடைப்பெயராயின் வலிமிகுகிறது. மகர ஈறு உரியவாறு இன மெல்லெழுத்தாகிறது. மற்ற எண்கள் இயல்பாகவே புணர்கின்றன.

இயல்பாகப் புணர்வன:

இரண்டு	+	கண்கள்	=	இரண்டு கண்கள்
மூன்று	+	கனிகள்	=	மூன்று கனிகள்
நான்கு	+	திசைகள்	=	நான்கு திசைகள்
ஐந்து	+	பால்கள்	=	ஐந்து பால்கள்
ஆறு	+	தளங்கள்	=	ஆறு தளங்கள்
ஏழு	+	கடல்கள்	=	ஏழு கடல்கள்
ஒன்பது	+	கோள்கள்	=	ஒன்பது கோள்கள்
பதினைந்து	+	நூல்கள்	=	பதினைந்து நூல்கள்
ஐம்பத்தாறு	+	கற்கள்	=	ஐம்பத்தாறு கற்கள்
நூற்றிருபது	+	செடிகள்	=	நூற்றிருபது செடிகள்
ஐந்நூறு	+	காசுகள்	=	ஐந்நூறு காசுகள்
ஆயிரம்	+	கழஞ்சுகள்	=	ஆயிரங் கழஞ்சுகள்
பதினாயிரம்	+	கைகள்	=	பதினாயிரங் கைகள்
நூறாயிரம்	+	காசுகள்	=	நூறாயிரங் காசுகள்
இலக்கம்	+	கொடிகள்	=	இலக்கங் கொடிகள்

வலிமிகுந்து புணர்வன:

எட்டு	+	திசைகள்	=	எட்டுத் திசைகள்
பத்து	+	பாட்டு	=	பத்துப் பாட்டு
பதினெட்டு	+	பழங்கள்	=	பதினெட்டுப் பழங்கள்
நாற்பத்தெட்டு	+	தாள்கள்	=	நாற்பத்தெட்டுத் தாள்கள்
நூற்றெட்டு	+	காய்கள்	=	நூற்றெட்டுக் காய்கள்
கோடி	+	பூக்கள்	=	கோடிப் பூக்கள்

விளக்கம்: *எட்டு, பதினெட்டு, நூற்றெட்டு* போன்றவை வன்றொடர்க் குற்றியலுகரம் என்பதால் உரிய விதிப்படி வலிமிகுந்தன. *கோடி* என்ற இகர ஈற்றுப்பெயரும் வலிமிகுந்தது. மற்றவை இயல்பாகவே புணர்ந்தன.

எண்ணுப் பெயர் விதி 2

மை ஈற்று எண்ணுப் பண்புப்பெயர்கள்

மற்ற மை ஈற்றுப் பண்புப்பெயர் போலவே, மை ஈற்று எண்ணுப் பெயர்களும் மை ஈறு நீங்கி, வருமொழி முதலுக்கு ஏற்ப வேறுபட்ட முறைகளில் புணர்கின்றன. அம் முறைகள் வருமாறு:

2/1. *ஒருமை, இருமை, அறுமை, எழுமை* ஆகிய மையீற்று எண்ணுப் பெயர்கள் மை ஈறு நீங்கி, உயிர் அடுத்து வரும்போது தம் முதலெழுத்து நீண்டு புணரும்.

ஒரு(மை) + அடி > ஓர் + அடி = ஓரடி

இரு(மை) + உலகு > ஈர் + உலகு = ஈருலகு

அறு(மை) + அடி > ஆற் + அடி = ஆறடி

எழு(மை) + இசை > ஏழ் + இசை = ஏழிசை

2/2 *மும்மை (மூன்று)* என்பது மை ஈறு நீங்கியபின், மகர *(ம்)* மெய்யும் நீங்கி, உயிர் வரும்போது *மூ* என நீண்டு உடம்படுமெய் பெற்றுப் புணரும்; வகரமெய் வரும்போது நீண்டு இயல்பாகப் புணரும். மற்ற மெய்வரும்போது *மு* என்ற தனிக்குறிலாக நின்று வருமுதல் மெய் மிகுந்து புணரும்.

மும்(மை) + உலகம் > மூ + உலகம் > மூ + வ் + உலகம் = மூவுலகம்

மும்(மை) + வேந்தர் > மூ + வேந்தர் = மூவேந்தர்

மும்(மை) + நூறு > மு + ந் + நூறு = முந்நூறு

மும்(மை) + கனி > மு + க் + கனி = முக்கனி

2/3. *ஐம்மை (ஐந்து)*, மை ஈறு நீங்கியபின், எஞ்சிய மகர *(ம்)* ஈறு, வல்லின மெய் வரும்போது இன மெல்லெழுத்தாகும். உயிர் வரும் போதும், மெல்லின இடையின மெய்கள் வரும்போதும், மகர *(ம்)* ஈறும் கெட்டு *ஐ* என்ற உயிர்நெடில் போலப் புணரும்.

ஐம்(மை) + கரம் > ஐ + ங் + கரம் = ஐங்கரம்

ஐம்(மை) + பொன் > ஐ + ம் + பொன் = ஐம்பொன்

ஐம்(மை) + திணை > ஐ + ந் + திணை = ஐந்திணை

ஐம்(மை) + அறிவு > ஐ + ய் + அறிவு = ஐயறிவு

ஐம்(மை) + ஆறு > ஐ + ய் + ஆறு = ஐயாறு

ஐம்(மை) + வகை > ஐ + வகை = ஐவகை

2/4. நான்மை (நான்கு) என்பது மை ஈறு நீங்கியபின், தனது னகர (ன்) ஈறு லகர (ல்) ஈறாக மாறி, மற்ற லகர (ல்) ஈறுபோலவே புணரும்.

நான்(மை) + ஆயிரம் > நால் + ஆயிரம் = நாலாயிரம்

நான்(மை) + வகை > நால் + வகை = நால்வகை

நான்(மை) + நிலம் > நால் + நிலம் = நானிலம்

நான்(மை) + புறம் > நால் + புறம் = நாற்புறம்

2/5. எண்மை (எட்டு) என்ற மையீற்று எண்ணுப் பெயர், தனது மை ஈறு நீங்கியபின், மற்ற ண் ஈறு போலவே புணரும்.

எண்(மை) + ஆயிரம் > எண் + ண் + ஆயிரம் = எண்ணாயிரம்

எண்(மை) + வகை > எண் + வகை = எண்வகை

எண்(மை) + நூறு > எண் + ணூறு = எண்ணூறு

எண்(மை) + குணம் > எண் + குணம் = எண்குணம்

திசைப்பெயர்ப் புணர்ச்சி

வடக்கு, தெற்கு, மேற்கு, கிழக்கு என்ற நான்கு திசைப்பெயர்களும் கு ஈறு நீங்கி, வட, தென், மேல், கீழ் என்ற அடிச்சொற்களாக நின்று புணர்கின்றன. குடக்கு, மேற்கையும் குணக்கு, கிழக்கையும் குறிக்கும் பழைய திசைப்பெயர்கள். இவையும் கு ஈறு நீங்கி, குட, குண என நின்றே புணர்கின்றன. வடக்கு, தெற்கு என்ற முழு வடிவிலும் புணர்தலுண்டு. அப்போது இவை குற்றியலுரம் என்பதால் அந்த விதிப்படியே புணரும்.

வடக்கு + பார்த்து = வடக்குப்பார்த்து

தெற்கு + தெரு = தெற்குத்தெரு

திசைப்பெயர் விதி 1

3/1. வடக்கு, குடக்கு (மேற்கு), குணக்கு (கிழக்கு) மூன்று திசைப்பெயர்களும் 'க்கு' என்ற இறுதி இரண்டு எழுத்துகளும் நீங்கி இயல்பாகப் புணரும்.

வடக்கு + துருவம் > வட + துருவம் = வடதுருவம்

குடக்கு + திசை > குட + திசை = குடதிசை

குணக்கு + திசை > குண + திசை = குணதிசை

3/2. தெற்கு என்ற பெயர் தென் எனக் குறுகி, மற்ற ன் ஈறு போல் புணரும். உயிர் வந்தால் இரட்டி உயிர்மெய்யாகும்; மயங்கும் மெய் வந்தால் இயல்பாகும்; மயங்காத மெய் வந்தால் திரிந்து புணரும்.

தெற்கு + அரசு > தென் + ன் + அரசு = தென்னரசு
உயிர் வந்ததால் மெய் இரட்டியது

தெற்கு + கடல் > தென் + கடல் = தென்கடல்
மயங்கும் மெய் இயல்பாகப் புணர்ந்தது

தெற்கு + புலம் > தென் + புலம் = தென்புலம்
மயங்கும் மெய் இயல்பாகப் புணர்ந்தது

தெற்கு + நாடு > தென் + நாடு = தென்னாடு
மயங்காத மெய் திரிந்து புணர்ந்தது

3/3. கிழக்கு என்ற திசைப்பெயர் கீழ் என்று மாறி கசதப வரும்போது வலிமிகும்; மற்ற எழுத்துகள் வரும்போது இயல்பாகப் புணரும்.

கிழக்கு   + திசை   > கீழ் + த் + திசை = கீழ்த்திசை
கிழக்கு   + ஆயூர் > கீழ் + ஆயூர்   = கீழாயூர்
கிழக்கு   + வாசல் > கீழ் + வாசல்   = கீழ்வாசல்

3/4. மேற்கு என்ற திசைப்பெயர் மேல் என மாறி, மற்ற லகர (ல்) ஈற்றுச் சொல் போலவே புணரும்; க, ச, த, ப மெய்கள் வரும்போதும் மயங்காத மெல்லின மெய்கள் வரும்போதும் உரியவாறு திரியும்.

மேற்கு   + ஆயூர் > மேல் + ஆயூர் = மேலாயூர்
மேற்கு   + நாடு   > மேல் + நாடு   = மேனாடு
மேற்கு   + திசை   > மேல் + திசை = மேற்றிசை

வினைச்சொல் விதி 1

வினை நிலைமொழி

நிலைமொழியாகும் வினைச்சொற்களில், வினையெச்சமும் ஆ, ஐ ஈற்றுப் பெயரெச்சமும் வலிமிகும். மற்ற வினைச்சொற்கள் இயல்பாகவே புணரும். மற்ற வினைச்சொற்கள் என்பதில் வினைமுற்று, ஏவல்வினை, பெயரெச்சம், வினைத்தொகை என எல்லா வினைவடிவங்களும் அடங்கும். வந்து, அழுது போன்ற வினையெச்சங்கள் குற்றியலுகரம் ஆதலால் குற்றியலுகர விதிப்படி புணரும். இது பொருட்கூறு சார்ந்த விதி.

ஆற + போடு = ஆறப்போடு; ஆற, வினையெச்சம் வலிமிகுந்தது

அள்ளி + கொடு = அள்ளிக்கொடு; அள்ளி, **வினையெச்சம் வலிமிகுந்தது**

போய் + சேர் = போய்ச்சேர்; போய், **வினையெச்சம் வலிமிகுந்தது**

இனிதாக + பேசு = இனிதாகப் பேசு; இனிதாக, **வினையடை வலிமிகுந்தது**

அறியா + பிள்ளை = அறியாப் பிள்ளை; அறியா, ஆ ஈற்றுப் பெயரெச்சம் வலிமிகுந்தது

பண்டை + காலம் = பண்டைக்காலம்; பண்டை, ஐ ஈற்றுப் பெயரெச்சம் (பெயரடை) வலிமிகுந்தது

கூவுகுயில் - கூவு; வினையடிச்சொல் என்பதால் வலிமிகவில்லை.

கூவியகோழி - கூவிய, ஆ, ஐ ஈறல்லாத பெயரெச்சம் வலிமிகவில்லை

கூவியது கோழி - கூவியது வினைமுற்று என்பதால் வலிமிகவில்லை

விளக்கம்: இந்த ஒரே விதியில் எல்லாவகைச் வினைச்சொற்களும் அடங்கிவிட்டன. வினையெச்சம், பெயரெச்சம் அல்லாத, மற்ற வினை வடிவங்களாகிய வினையடிச்சொல், ஏவல்வினை, வினைமுற்று, வினைத்தொகை அனைத்தும் வலிமிகாமல் இயல்பாகவே புணரும். இதனால், வினையெச்சம் எது, பெயரெச்சம் எது என்பதைப் புரிந்து கொண்டால், இந்த ஒரே விதியில் வினைச்சொற்கள் அனைத்தையும் பிழையின்றிப் புணர்க்கலாம்.

வினையடை

ஆக என்ற ஈற்றுடன் முடியும் குறிப்பு வினையெச்சமே இக்காலத்தில் வினையடை எனப்படுகிறது.

1. இனிது பேசினான்
2. இனிதாய்ப் பேசினான்
3. இனிதாகப் பேசினான்

இனிது, இனிதாய், இனிதாக மூன்றும் வினையெச்சமே. இன்று ஆங்கில மரபுதழுவி, ஆக என்று முடிவது வினையடை என்று கூறப்படுகிறது. எனவே, வினையடை வினையெச்சம் போலவே புணரும்.

இனிதாய்ப் பேசு - இனிதாய் என்ற வினையடையும் வினையெச்சமே என்பதால் வலிமிகுந்தது

இனிதாகப் பேசு - இனிதாக என்ற வினையடையும் வினையெச்சமே என்பதால் வலிமிகுந்தது.

இதுபோலவே, ஆன என்று முடியும் பெயரெச்சமே இக்காலத்தில் பெயரடை எனப்படுகிறது.

1. *இனிய பேச்சு*

2. *இனிதாய பேச்சு*

3. *இனிதான பேச்சு*

இனிய, இனிதாய, இனிதான மூன்றும் பெயரெச்சமே. இன்று ஆங்கில மரபுதழுவி, *ஆன* என்று முடிவது பெயரடை என்று கூறப்படுகிறது. எனவே, பெயரடை பெயரெச்சம் போலவே புணரும்.

இனிய பேச்சு - இனிய என்பது அகர ஈற்றுப் பெயரெச்சம் என்பதால் வலிமிகவில்லை.

இனிதான பேச்சு - இனிதான என்பது பெயரடை என்று சொல்லப் பட்டாலும் இலக்கணப்படி அஃது, அகர ஈற்றுப்பெயரெச்சம் என்பதால் வலிமிகவில்லை.

இடைச்சொல் புணர்ச்சி

இடைச்சொற்கள்: *ஐ, ஆல், கு* போன்ற வேற்றுமை உருபுகளாகவும், *கிறு கின்று* போன்ற இடைநிலைகளாகவும் *அன், அள், அர்* போன்ற பின்னொட்டுகளாகவும், *உம்மை, ஐயம், வினா, தேற்றம்* போன்ற பொருள் தரும் *ஆ, ஏ, ஓ* என்ற எழுத்துகளாகவும், *அன், இன், அம்* போன்ற சாரியை களாகவும், *அட, சீ* போன்ற குறிப்புச் சொற்களாகவும், *மற்று, கொல்* போன்ற முழுச்சொற்களாகவும் பலவகைப்படுவதை இலக்கணப் பகுதியில் அறிந்தோம். இடைநிலைகளும் ஒட்டுகளும் சொல்லின் உட்கூறுகள் என்பதால் தனிவிதி தேவையில்லை. மற்ற வகை இடைச்சொற்களுக்கு உரிய புணர்ச்சி விதிகள் வருமாறு:

இடைச்சொல் விதி 1

வேற்றுமை உருபுகள்

ஐ என்ற இரண்டாம் வேற்றுமை உருபுக்குப் பின்னும் இடை, கடை போன்ற உயிர் ஈற்று ஏழாம் வேற்றுமை உருபுகளுக்குப் பின்னும் வலிமிகும். *ஒடு, கு, அது* ஆகிய உருபுகள் பெயருடன் சேர்ந்ததும் குற்றியலுகரம் ஆவதால், குற்றியலுகர விதிப்படியே புணரும்.

ஐ, இடை, கடை வேற்றுமை உருபுகள்

மானை + ஐ + பிடி = மானைப் பிடி - ஐ இரண்டாம் வேற்றுமை உருபு வலிமிகுந்தது.

பூனை + பிடி = பூனைபிடி - ஐ வேற்றுமை உருபன்று - வலிமிகவில்லை.

நகர் + இடை + கண்டு = நகரிடைக்கண்டு - இடை 7ஆம் வேற்றுமை உருபு வலிமிகுந்தது.

மெல்லிடை + கண்டு = மெல்லிடைகண்டு - இடை வேற்றுமை உருபன்று; எனவே வலிமிகவில்லை.

இவற்றுள் கு உருபு சேரும் பெயர் வன்றொடர்க் குற்றியலுகரம் ஆவதால் வலிமிகுகிறது. ஒடு, அது ஆகிய இரண்டும் சேரும் பெயர் உயிர்த்தொடர்க் குற்றியலுகரம் ஆவதால் வலிமிகுவதில்லை. இவை ஒலிக்கூறு சார்ந்த குற்றியலுகர விதிக்கு உட்பட்ட புணர்ச்சி முறைகள்.

நூல் + கு + பணம் = நூலுக்கு + பணம் = நூலுக்குப்பணம்

கு உருபு சேர்ந்த வன்றொடர்க் குற்றியலுகரம் வலிமிகுந்தது.

கணவன் + ஒடு + சென்றாள் = கணவனொடு சென்றாள்.

கணவன், ஒடு உருபு சேர்ந்து உயிர்த்தொடர்க் குற்றியலுகர மானதால் வலிமிகவில்லை.

பாட்டன் + அது + சொத்து = பாட்டனது சொத்து

பாட்டன், அது உருபு சேர்ந்து உயிர்த்தொடர்க் குற்றியலுகரமானதால் வலிமிகவில்லை.

இடைச்சொல் விதி 2

அந்த, இந்த, எந்த - சுட்டு, வினாச் சொற்கள்

அந்த, இந்த, எந்த என்ற சுட்டு, வினாச் சொற்கள் வலிமிகுந்து புணரும். அ, இ, எ என்ற சுட்டு எழுத்துகள், தனிக்குறில்கள் என்பதால், தனிக்குறில் விதிப்படி வலிமிகுந்தன. அந்த, இந்த, எந்த என்பவையும் தனிக்குறிலாக வந்த அ, இ, எ என்ற சுட்டு, வினாச் சொற்களிலிருந்து மருவிய சொற்களே ஆதலால், அவை போலவே இவையும் புணர்ந்து வழக்குப் பெற்றன. வந்த, தந்த என்ற சொற்களை இவற்றுடன் குழப்பிக் கொள்ளுதல் கூடாது. வந்த, தந்த என்ற இரண்டும் பெயரெச்சங்கள். எனவே, வினைச்சொல் விதிப்படி வலிமிகாமலே புணரும்.

அந்த + பக்கம் = அந்தப் பக்கம் - அ + பக்கம் = அப் பக்கம் போன்றது.

இந்த + கரம் = இந்தக் கரம் - இ + கரம் = இக்கரம் போன்றது.

எந்த + திசை = எந்தத் திசை - எ + திசை = எத் திசை போன்றது.

அப்படி, எப்படி, எப்படி - பொருள்வேறுபாட்டு விதியில் காண்க.

இடைச்சொல் விதி 3

குற்றியலுகர இடைச்சொற்கள்

இடைச்சொற்களில் குற்றியலுகரமாக அமைவன, குற்றியலுகர

விதிப்படியே புணரும். அத்து, வற்று என்பன போன்ற சாரியைகளும் மற்று என்ற இடைச்சொல்லும் வன்றொடர்க் குற்றியலுகரம் என்பதால் வலிமிகுந்து புணரும். பிறவும் அவ்வாறே.

மரம் + கிளை > மரம் + அத்து + கிளை = மரத்துக் கிளை

அத்து, வன்றொடர்க் குற்றியலுகரம் என்பதால் வலிமிகுந்தது.

பல + வற்று + காட்சிகள் = பலவற்றுக் காட்சிகள்

வற்று, வன்றொடர்க் குற்றியலுகரம் என்பதால் வலிமிகுந்தது.

உரிச்சொல் புணர்ச்சி விதிகள்

உரிச்சொற்கள், சொற்களை உருவாக்கிக் கொள்ளப் பயன்படும் அடிச் சொற்களாக இருப்பதால், அவை இயல்பான அதே வடிவங்களிலோ வடிவம் மாறியோ வழங்குகின்றன. இந்த இரு முறைகளிலும் அவை தேவைக்கேற்பப் பெயர்ச்சொற்களாகவும் வினைச்சொற்களாகவும் பயன்படலாம். இதனால், உரிச்சொல், எந்த வகைச் சொல்லாகப் பயன்படுகிறதோ அந்த வகைச் சொல்லுக்குரிய புணர்ச்சி முறையில் புணருகிறது.

உரிச்சொல் விதி 1

வடிவம் மாறும் உரிச்சொற்கள்

வடிவம் மாறும் உரிச்சொற்கள், பெயராக வரும்போது பெயர் போலவும், வினையாக வரும்போது வினை போலவும் எச்சமாக வரும்போது எச்சம் போலவும் இடத்துக்கேற்பப் புணரும். மற்ற பொதுவான பெயர், வினைகளுக்கு உரிய விதிகளை ஒத்தே இவை செயற்படுவதால், இவற்றுக்குத் தனிவிதி தேவையில்லை.

அமர்தல் - விரும்பிச்சென்று உறைதல் என்ற பொருள்கொண்ட உரிச்சொல்.

அமர்ந்தாள் திருமகள் - வினைமுற்றாக வந்தது எனவே வலிமிகவில்லை.

அமர்ந்த திருமகள் - பெயரெச்சமானது எனவே வலிமிகவில்லை.

அமர்ந்து திகழ்ந்தாள் - மென்றொடர்க் குற்றியலுகரம் வலிமிக வில்லை.

விழுமம் - சிறப்பு, சீர்மை போன்ற பொருள்கொண்ட உரிச்சொல்.

விழுப்புண் - விழு, உகர ஈற்றுப் பெயர் வலிமிகுந்தது.

விழுமிப் பொலிந்தது - வினையெச்சமானதால் வலிமிகுந்தது.

விழுமிய பண்பு - அகர ஈற்றுப் பெயரெச்சமானதால் வலிமிக வில்லை.

உரிச்சொல் விதி 2

வடிவம் மாறாத உரிச்சொற்கள்

வடிவம் மாறாமல் உள்ளவாறே பயன்படும்போது, அகர ஈற்று உரிச்சொற்கள் வலிமிகுந்து புணரும். மழ என்ற அகர ஈற்று உரிச்சொல் மட்டும் இயல்பாகப் புணர்கிறது.

- தவ + பல = தவப்பல - அகர ஈற்று உரிச்சொல் வலிமிகுந்தது
- தட + கை = தடக்கை - அகர ஈற்று உரிச்சொல் வலிமிகுந்தது
- வய + களிறு = வயக்களிறு - அகர ஈற்று உரிச்சொல் வலிமிகுந்தது
- மத + பார்வை = மதப்பார்வை - அகர ஈற்று உரிச்சொல் வலிமிகுந்தது
- குழ + கன்று = குழக்கன்று - அகர ஈற்று உரிச்சொல் வலிமிகுந்தது
- மழ + களிறு = மழகளிறு - மழ, விதிவிலக்காய் இயல்பாகப் புணர்ந்தது

உரிச்சொல் விதி 3

குற்றியலுகர உரிச்சொற்கள்

குற்றியலுகர வடிவிலமைந்த உரிச்சொற்கள் குற்றியலுகரங்களுக்கு உரிய விதிப்படி புணரும்.

உவப்பு + பெற்றான் = உவப்புப்பெற்றான்
வன்றொடர்க் குற்றியலுகரம் வலிமிகுந்தது

இயைபு + சிறப்பு = இயைபுசிறப்பு
உயிர்த்தொடர்க் குற்றியலுகரம் இயல்பானது

பழுது + கண்டான் = பழுது கண்டான்
உயிர்த்தொடர்க் குற்றியலுகரம் இயல்பானது

சால்பு + பெருமை = சால்பு பெருமை
இடைத்தொடர்க் குற்றியலுகரம் இயல்பானது

வம்பு + குணத்தார் = வம்புக் குணத்தார்
மென்றொடர்க் குற்றியலுகரம், அடைப்பெயர் வலிமிகுந்தது

13

மெய் + மெய்ப் புணர்ச்சி விதிகள்

ஞ், ண், ந், ம், ன், ய், ர், ல், வ், ழ், ள் என்ற 11 மெய்களில் ஞ், ந், வ் மூன்றும் இக்காலத்தில் ஈறாவதில்லை. ய், ர், ழ் மூன்றும் உயிர் ஈறுபோல் புணர்வதால் உயிர் + மெய்ப் புணர்ச்சியில் சேர்க்கப்பட்டன. மகர மெய்யீற்று விதிகள் மெய் + உயிர்ப் புணர்ச்சிப் பகுதியில் உள்ளன. எஞ்சிய ண், ன், ள், ல் என்ற 4 மெய்யீறுகளுக்கு இங்கு விதிகள் கூறப்படுகின்றன.

ண், ன் ஆகிய இரண்டும்: க, ச, ப, ஞ, ம, ய, வ என்ற 7 மெய்களுடன் மயங்கும். த, ந என்ற 2 மெய்களுடன் மயங்குவதில்லை.

ள், ல் ஆகிய இரண்டும்: க, ச, ப, ய, வ என்ற 5 மெய்களுடன் மயங்கும். த, ந, ஞ, ம என்ற 4 மெய்களுடன் மயங்குவதில்லை.

மயங்காத மெய்கள் சந்தித்தால் மயங்குவதற்கு ஏற்றவாறு திரியும் மயங்கும் மெய்கள் சந்தித்தால், பொருட்புணர்ச்சி கருதிச் சில இடங்களில் திரிந்தும் மற்ற இடங்களில் இயல்பாகவும் புணரும்; திரியும் இடங்களில், ஈறு மட்டும் திரிதல், முதல் மட்டும் திரிதல், ஈறும் முதலும் திரிதல், ஈறும் முதலும் ஒன்றுதல் என 4 விதமாகத் திரிகின்றன. மயங்காத மெய்களில் திரிபு ஒலிப்புணர்ச்சியின் காரியம்; மயங்கும் மெய்களின் திரிபு, பொருட் புணர்ச்சி கருதியது. ண், ன், ள், ல் என்ற 4 ஈறுகளும், த, ந, ஞ, ம என்ற முதல்களும் சந்திக்கும் இடங்களே திரிபு புணர்ச்சிக்கு வழிவகுக்கின்றன.

திரிபு புணர்ச்சியில் எழுத்துகள் திரியும் முறை:

1. ண், ள் மெய் ஈறுகள் வல்லின மெய் வரும்போது திரிய வேண்டிய இடத்தில் ட் ஆகத் திரிகின்றன; ன், ல் மெய் ஈறுகள் ற் ஆகத் திரிகின்றன.

2. ள் மெய் ஈறு மெல்லினமெய் வரும்போது, திரியவேண்டிய இடத்தில், ண் ஆகத் திரிகிறது; ல் என்ற மெய் ஈறு ன் ஆகத் திரிகிறது.

3. த முதலெழுத்து, ண், ள் என்ற மெய் ஈறுகளுக்குப்பின் ட ஆகத் திரிகிறது; ன், ல் என்ற மெய் ஈறுகளுக்குப்பின் ற ஆகத் திரிகிறது.

4. ந முதலெழுத்து, ண், ள் ஈறுகளுக்குப்பின் ண ஆகத் திரிகிறது; ன், ல் ஈறுகளுக்குப்பின் ன ஆகத் திரிகிறது.

திரிபு புணர்ச்சியில் எழுத்துகள் திரியும் அட்டவணை

ஈறு + முதல்	ஈறு திரிதல்	எடுத்துக் காட்டு	முதல் திரிதல்	எடுத்துக் காட்டு	ஈறு + முதல் திரிதல்	எடுத்துக் காட்டு	ஈறு + முதல் ஒன்றல்	எடுத்துக் காட்டு
ண்+த	-	-	ண்ட	தண்டலை	ட்ட	மட்டரை	-	-
ன்+த	-	-	ன்ற	தேன்றுளி	ற்ற	பொற்றுகள்	-	-
ள்+த	-	-	-	-	ட்ட	வாட்டடம்	ட	நாடோறும்
ல்+த	-	-	-	-	ற்ற	புற்றரை	ற	காறோறும்
ண்+ந	-	-	ண்ண	பண்ணயம்	-	-	ண	ஊணலம்
ன்+ந	-	-	ன்ன	முன்னிலை	-	-	ன	வானிலா
ள்+ந	-	-	ண்ண	முண்ணாறி	-	-	ண	கோணிலை
ல்+ந	-	-	ன்ன	நன்னெறி	-	-	ன	பானிலா
ள்+ஞ	ண்ஞ	கண்ஞேயம்	-	-	-	-	-	-
ல்+ஞ	ன்ஞ	சொன்ஞயம்	-	-	-	-	-	-
ள்+ம	ள்ம	வாண்முனை	-	-	-	-	-	-
ல்+ம	ல்ம	சொன்மழை	-	-	-	-	-	-
ண்+க	ட்க	மட்குடம்	-	-	-	-	-	-
ள்+க	ட்க	கட்குடம்	-	-	-	-	-	-
ன்+க	ற்க	பொற்கை	-	-	-	-	-	-
ல்+க	ற்க	கற்கை	-	-	-	-	-	-

மயங்காத மெய்களின் திரிபு புணர்ச்சி

மெய் + மெய்ப் புணர்ச்சி விதி 1

ண் + த; ன் + த

எல்லாத் தொடர்களிலும், ண் ஈற்றுப் பெயர்களுக்குப் பிறகு வரும் மொழிமுதல் த > ட ஆக மாறுகிறது; ன் ஈற்றுப் பெயர்களுக்குப் பிறகு வரும் மொழிமுதல் த > ற ஆக மாறுகிறது.

திண் + தோள் = திண்டோள்; ண்-ணுக்குப் பின் த, ட ஆகியது

எண் + திசை = எண்டிசை; ண்-ணுக்குப் பின் த, ட ஆகியது

சாண் + துணி = சாண்டுணி; ண்-ணுக்குப் பின் த, ட ஆகியது

முரண் + தொடை = முரண்டொடை; ண்-ணுக்குப் பின் த, ட ஆகியது

இன் + தமிழ் = இன்றமிழ்; ன்-னுக்குப் பின் த, ற ஆகியது

தென் + திசை = தென்றிசை; ன்-னுக்குப் பின் த, ற ஆகியது

மென் + துகில் = மென்றுகில்; ன்-னுக்குப் பின் த, ற ஆகியது

தேன் + தமிழ் = தேன்றமிழ்; ன்-னுக்குப் பின் த, ற ஆகியது

மெய்மெய் விதி விலக்கு 1.1

ண் + த; ன் + த

மேற்கண்ட விதிக்கு விலக்காக, குறில்மெய் வடிவில் வரும் அடைப் பெயர்களில் மட்டும் ஈறும் முதலும் திரிந்து புணர்வது பண்டைய இலக்கிய வழக்கிலும் இதனை ஒட்டி இக்கால வழக்கிலும் குறைந்த அளவில் காணப்படுகிறது. இந்தப் புணர்ச்சி முறையில், ண் ஈறு ட் ஆகவும் த முதல் ட ஆகவும் திரிகின்றன; ன் ஈறு ற் ஆகவும், த முதல் ற ஆகவும் திரிகின்றன.

மண் + தரை = மட்டரை

கண் + திரை = கட்டிரை

பொன் + தகடு = பொற்றகடு

பொன் + துகள் = பொற்றுகள்

மெய் + மெய்ப் புணர்ச்சி விதி 2

ண் + ந; ன் + ந

2/1. நிலைமொழி குறில்மெய்யாக இருந்தால் எல்லாத் தொடர்களிலும் வருமொழி முதல் மட்டும் திரிகிறது; நிலைமொழி ஈறு ண் என்றால் வருமொழி முதல் ந > ண ஆகத் திரிகிறது; நிலைமொழி ஈறு ன் ஆக இருந்தால் வருமொழி முதல் ந > ன ஆகத் திரிகிறது

பண் + நயம் = பண்ணயம்

கண் + நீர் = கண்ணீர்

கண் + நோய் = கண்ணோய்

தண் + நீர் = தண்ணீர்

மண் + நன்று = மண்ணன்று

பொன்	+ நகை	=	பொன்னகை
நன்	+ நாள்	=	நன்னாள்
முன்	+ நிலை	=	முன்னிலை
பன்	+ நீர்	=	பன்னீர்
பன்	+ நலம்	=	பன்னலம்
தென்	+ நாடு	=	தென்னாடு

2/2. நிலைமொழி குறில்மெய்யாக இல்லையென்றால், ண் + ந இரண்டும் ஒன்றி ண ஆகும்; ன் + ந இரண்டும் ஒன்றி ன ஆகும்

ஊண்	+ நலம்	=	ஊணலம்
முரண்	+ நிலை	=	முரணிலை
தூண்	+ நிறம்	=	தூணிறம்
அரண்	+ நன்று	=	அரணன்று
வான்	+ நிலா	=	வானிலா
தேன்	+ நிலவு	=	தேனிலவு
மான்	+ நோக்கு	=	மானோக்கு
மீன்	+ நன்று	=	மீனன்று

மெய் + மெய்ப் புணர்ச்சி விதி 3

ள் + த; ல் + த

3/1. நிலைமொழி குறில்மெய்யாக இருந்தால் எல்லாத் தொடர்களிலும்

ள்த > ட்ட ஆகும்; ல்த > ற்ற ஆகும்.

உள்	+ துறை	=	உட்டுறை
எள்	+ துணை	=	எட்டுணை
முள்	+ தீது	=	முட்டீது
புல்	+ தரை	=	புற்றரை
சொல்	+ தொடர்	=	சொற்றொடர்
நல்	+ திணை	=	நற்றிணை

குறிப்பு: பண்டைச் செய்யுள் வழக்கில், ள், ல் ஈற்றுக் குறில்மெய் நிலைமொழிகளில், ள்த > ஃட என்றும், ல்த > ஃற என்றும் ள், ல் இரண்டும் ஆய்தமாக மாறிப் புணர்கின்றன. சில சொற்கள் இன்றும் வழங்குகின்றன.

முள்	+ தீது	=	முஃடீது

கள் + தீது = கஃடீது

அல் + திணை = அஃறிணை

பல் + தொடை = பஃறொடை

3/2. **நிலைமொழி குறில்மெய்யாக இல்லையென்றாலும் அடைப் பெயரில்**

ள்த > ட்ட **ஆகும்;** *ல்த > ற்ற* **ஆகும்.**

வாள் + தடம் = வாட்டடம்

தோள் + தினவு = தோட்டினவு

பொருள் + தடை = பொருட்டடை

கால் + தடம் = காற்றடம்

பால் + திரட்டு = பாற்றிரட்டு

நூல் + தொகை = நூற்றொகை

3/3. **நிலைமொழி குறில்மெய்யோ அடைப்பெயரோ அல்லாத இடத்தில்**

ள் + த **ஒன்றி** *ட* **ஆகும்;** *ல் + த* **ஒன்றி** *ற* **ஆகும்**

நாள் + தோறும் = நாடோறும்

அருள் + தந்தை = அருடந்தை

வேல் + தாங்கி = வேறாங்கி

கால் + தூக்கி = காறூக்கி

மெய் + மெய்ப் புணர்ச்சி விதி 4

ள் + ந; ல் + ந

4/1. **நிலைமொழி குறில்மெய்யாக இருந்தால் எல்லாத் தொடர்களிலும்**

ள்ந > ண்ண **ஆகும்;** *ல்ந > ன்ன* **ஆகும்**

முள் + நாறி = முண்ணாறி

கள் + நாறும் = கண்ணாறும்

உள் + நுழைவு = உண்ணுழைவு

சொல் + நயம் = சொன்னயம்

கல் + நெஞ்சம் = கன்னெஞ்சம்

புல் + நுனி = புன்னுனி

4/2. **நிலைமொழி குறில்மெய்யாக இல்லையென்றால்,**

ள் + ந ஒன்றி ண ஆகும்; ல் + ந ஒன்றி ன ஆகும்.

கோள்	+	நிலை	=	கோணிலை
கோள்	+	நன்று	=	கோணன்று
பால்	+	நிலா	=	பானிலா
பால்	+	நன்று	=	பானன்று

மெய் + மெய்ப் புணர்ச்சி விதி 5

ள் + ஞம; ல் + ஞம

எல்லாத் தொடர்களிலும் ள் > ண் ஆகும்; ல் > ன் ஆகும்.

கள்	+	ஞேயம்	=	கண்ஞேயம்
கேள்	+	ஞேயம்	=	கேண்ஞேயம்
எள்	+	முனை	=	எண்முனை
நாள்	+	மலர்	=	நாண்மலர்
சொல்	+	ஞயம்	=	சொன்ஞயம்
நூல்	+	ஞயம்	=	நூன்ஞயம்
சொல்	+	மழை	=	சொன்மழை
கால்	+	முளை	=	கான்முளை

மயங்கும் மெய்களின் திரிபும் இயல்பும்

மெய் + மெய்ப் புணர்ச்சி விதி 6

ண் + கசப; ன் + கசப

ண் ன் ஈறுகளுக்குப் பின் க ச ப வருமொழி முதலாக வரும் தொடர்கள் இயல்பாகப் புணர்கின்றன.

கண்	+	கூடு	=	கண்கூடு
விண்	+	கலம்	=	விண்கலம்
பூண்	+	கலன்	=	பூண்கலன்
சாண்	+	கயிறு	=	சாண்கயிறு
மண்	+	சரிவு	=	மண்சரிவு
கண்	+	சிமிட்டு	=	கண்சிமிட்டு
வெண்	+	சிறகு	=	வெண்சிறகு
வீண்	+	சண்டை	=	வீண்சண்டை
மண்	+	புழு	=	மண்புழு

வெண்	+	பனி	=	வெண்பனி
வீண்	+	பழி	=	வீண்பழி
மாண்	+	புகழ்	=	மாண்புகழ்
மின்	+	குமிழ்	=	மின்குமிழ்
தென்	+	கடல்	=	தென்கடல்
வான்	+	கலம்	=	வான்கலம்
தேன்	+	கூடு	=	தேன்கூடு
வன்	+	சிறை	=	வன்சிறை
மின்	+	சுடர்	=	மின்சுடர்
மீன்	+	சினை	=	மீன்சினை
மான்	+	சாயல்	=	மான்சாயல்
முன்	+	பனி	=	முன்பனி
தென்	+	புலம்	=	தென்புலம்
வான்	+	புகழ்	=	வான்புகழ்
கூன்	+	பிறை	=	கூன்பிறை

விதி விலக்கு 6.1

ண் + கசப; ன் + கசப

மேற்கண்ட விதிக்கு விலக்காக, குறில்மெய் நிலைமொழி அடைப் பெயர்கள் மட்டும் ஈறு திரிந்து புணர்வது பண்டை இலக்கிய வழக்கிலும் இதனை ஒட்டி இக்கால வழக்கிலும் குறைந்த அளவில் காணப் படுகிறது. இந்தப் புணர்ச்சி முறையில் *ண்* ஈறு *ட்* ஆகவும் *ன்* ஈறு *ற்* ஆகவும் திரிகின்றன.

மண்	+	குடம்	=	மட்குடம்
கண்	+	கட்டி	=	கட்கட்டி
பொன்	+	கோவில்	=	பொற்கோவில்
பொன்	+	சிலை	=	பொற்சிலை

மெய் + மெய்ப் புணர்ச்சி விதி 7

ள்ல் + கசப

7/1. ள் + கசப; ல் + கசப

நிலைமொழி ஒலிக்கூறு எதுவாயினும் அடைப்பெயராக இருந்தால் *ள் > ட்* ஆகும்; *ல் > ற்* ஆகும்

கள் + குடம் = கட்குடம்

தோள் + புறம் = தோட்புறம்

கல் + சிலை = கற்சிலை

கால் + பந்து = காற்பந்து

7/2. நிலைமொழி அடைப்பெயராக இல்லாத இடங்களில் ள் + கசப, ல் + கசப இயல்பாகவே புணரும்.

நாள் + கடந்து = நாள்கடந்து

மீள் + பார்வை = மீள்பார்வை

நூல் + படித்து = நூல்படித்து

கால் + பிடித்து = கால்பிடித்து

மெய் + மெய்ப் புணர்ச்சி விதி 8

ண்ன் + ஞமயவ

எல்லாத் தொடர்களிலும் ண்ன் + ஞமயவ இயல்பாகப் புணரும்.

பண் + ஞயம் = பண்ஞயம்

பொன் + ஞாண் = பொன்ஞாண்

கண் + மை = கண்மை

தேன் + மழை = தேன்மழை

மண் + யாக்கை = மண்யாக்கை

கான் + யாறு = கான்யாறு

விண் + வலம் = விண்வலம்

பொன் + வளை = பொன்வளை

14

பொருள் வேறுபாட்டுப் புணர்ச்சி

பெயர்வினைத் தொடர்

இ ஐ ய் ர் ழ் + கசதப

முன்னர் அறிந்த விதியின்படி, இ, ஐ, ய், ர், ழ் ஈறுகளைக் கொண்ட பெயர்வினைத் தொடர்கள் வலிமிகாமல் இயல்பாகவே புணரும். இதுவே பொதுவான சரியான விதி. எனினும், ஒரே தொடர் இருபொருள் தருவதாய் அமையும் இடங்களில் பொருள் வேறுபாடு காட்டு வதற்காக அதில் வலிமிகுத்து எழுதுவது ஓர் உத்தியாகப் புலவர்களால் செய்யுளில் கையாளப்பட்டது.

தமிழ்ச் செய்யுள் யாப்பு மிகுந்த செம்மையும் இன்னோசை மரபுகளும் உடையது. புலவர்கள் பொருட்சிறப்பும் நயமுங் கருதிச் சொற்களை ஆளும்போது, செய்யுளுக்குரிய ஓசை சிதைய நேர்வதுண்டு. இத்தகைய தருணங்களில், அவர்கள் தங்கள் புலமையின் பயனாகக் குற்றமில்லாத இலக்கண உத்திகளைக் கையாண்டு, சிறந்த சொல்லை யும் கைவிடாமல் செய்யுளோசையும் கெடாமல் காத்துக்கொண்டனர். இதனால், பண்டை இலக்கியங்களில் காணும் சில புணர்ச்சிகள், மொழியிலக்கணம் வகுத்துள்ள புணர்ச்சி விதிகளுக்கு விலக்குகளாக அமைகின்றன. மக்கள் வழக்கிலும் இத்தகைய புணர்ச்சி கையாளப் படுகிறது. அது தாய் மொழியில் இயல்பாக வரும் வழக்கு.

என் கடை பக்கந்தான் - கடை இங்கிருந்து அருகில்தான் இருக்கிறது என்பது பொருள்

அவர் வீடு என் கடைப் பக்கந்தான் - அவர் வீடு என் கடைக்கு அருகில் என்பது பொருள்

இதையே எழுதும்போது குழப்பம் தோன்றிவிடுகிறது. இதனால், உரைநடையில் இத்தகைய தொடர்களை விரித்து எழுதுவதே தக்கது. ஆனால், செய்யுளுக்குரிய இந்தப் புணர்ச்சிமுறை, இக்காலத்தில் உரைநடையிலும் பெருவழக்காகிவிட்டது. ஒரே தொடர், சில

இடங்களில் வலிமிகுந்தும் சில இடங்களில் இயல்பாகவும் புணர்வதால், எழுதுவோரிடையே குழப்பமும் மலிந்துவிட்டது.

இந்த முறையின்படி, இருபொருள் தரும் பெயர்வினைத் தொடர், அதற்குரிய இயல்பான பொருளைத் தரும்போது இயல்பாகவே புணரும். மாறாக அது, தனக்குரிய இயல்பான பொருளுக்கு அப்பால் வேறொரு பொருள் தருமாறு வலிந்து செயற்கையாக ஆளப்பட்டால், அந்தப் பொருள் வேறுபாட்டை உணர்த்தும் குறிப்பாக, அந்தத் தொடரில் வலிமிகுத்தோ மெல்லின மெய்யை வல்லினமாகத் திரித்தோ எழுதப்படுகிறது. இந்த விதி இருபொருள் தரும் தொடருக்கு மட்டுமே உரியதாகும்.

ஆழ்ந்த இலக்கணப் பயிற்சியுடைய புலவர்களால் செய்யுளில் ஆளப்பட்ட இந்த முறை, எல்லோரும் கையாளும் உரைநடைக்கும் வந்துவிட்டதால், இதனை நன்கு புரிந்து தெளிவுபெறும் பொருட்டு, இங்கே செய்யுள் வழக்கிலிருந்தும், உரைநடை வழக்கிலிருந்தும் எடுத்துக்காட்டுகளும் விளக்கமும் தரப்படுகின்றன.

செய்யுள் வழக்கு

எடுத்துக்காட்டு 1

இகழ்வார்ப் பொறுத்தல் தலை - குறள் அடி.

விளக்கம்: இதில் *இகழ்வார் + பொறுத்தல்* என்ற தொடர், பெயர் வினைத் தொடர் என்பதாலும், *இகழ்வார்* என்ற சொல் உயர்திணை என்பதாலும் அது வலிமிகாமல் இயல்பாகப் புணர்தலே சரியாகும். எனினும் வள்ளுவர் *இகழ்வார்* என்ற சொல்லில் வலிமிகுத்துள்ளார். இத்தொடர் *இகழ்வார் பொறுத்தல்* என்றிருப்பின், அஃது *இகழ்வார்* தாம் பொறுத்தல் வேண்டும் என எழுவாய்த் தொடராகவும் பொருள் கொள்ள வாய்ப்பளிக்கிறது. இஃது எழுவாய்த் தொடர் அன்று, *இகழ்வாரைப் பொறுத்தல்* என்று பொருள்படும் இரண்டாம் வேற்றுமைத் தொகை என்பதன் அடையாளமாகவே அதில் வலி மிகுக்கப்பட்டுள்ளது. இதனை, *இகழ்வாரைப் பொறுத்தல்* என்றே எழுதினால் இந்தச் சிக்கல் இல்லை. ஆனால், *இகழ்வாரை* என்பது காய்ச்சீர் என்பதால் அடுத்துவரும் *பொறுத்தல்* என்ற புளிமாச் சீரின் முதலிலுள்ள நிரையசையுடன் பொருந்தும்போது, வெண்டளை வரவேண்டிய குறள் வெண்பாவில், காய் + நிரை என்று *கலித்தளை* வந்து *தளை* பிழையாகி ஓசையும் கெடும். *இகழ்வார் பொறுத்தல்* என்று தொகையாக எழுதினால், எழுவாய்த் தொடராகவும் கொள்ளுமாறு அமைந்து பொருட்குழப்பம் தோற்றும். எனவே, ஓசையும் கெடாமல்,

பொருளும் மயங்காமல் காக்கும் உத்தியாகவே அதில் வலிமிகுக்கப் பட்டது. இது போன்ற சொற்புணர்ச்சிகள் திருக்குறளில் மட்டு மன்றி, மற்ற பண்டை இலக்கியங்களிலும் நிறையவே காணக் கிடைக்கின்றன.

எடுத்துக்காட்டு 2

கொழுநற் றொழுதெழுவாள் - குறள் அடி

விளக்கம்: இதில் *கொழுநன் + தொழுது* என்ற தொடர் பெயர்வினை என்பதாலும், *கொழுநன்* என்பது உயர்திணைப்பெயர் என்பதாலும் அஃது இயல்பாகப் புணர்தலே சரியாகும். எனினும், வள்ளுவர் இதிலுள்ள *ன்தொ* என்ற மெய்களைத் திரித்து *ற்றொ* ஆக்கியுள்ளார். இது, *கொழுநன்றொழுது* என்று இருப்பின், *கொழுநன் தான்தொழுது* என்றும் பொருள்படலாம். இஃது எழுவாய்த் தொடர் அன்று; *கொழுநனைத் தொழுது* என்று பொருள்படும் இரண்டாம் வேற்றுமைத் தொகை என்பதன் அடையாளமாகவே இதில் *ன்தொ* என்ற மெய்கள் *ற்றொ* எனத் திரிக்கப்பட்டன. *கொழுநனைத் தொழுது* என்று எழுதினால் இந்தச் சிக்கல் இல்லை. ஆனால், *கொழுநனை* என்ற சொல் விளச்சீர் என்பதால், அடுத்து வரும் *தொழுது* என்ற புளிமாச் சீரின் நிரையசையுடன் பொருந்தும்போது, வெண்டளை வரவேண்டிய குறள் வெண்பாவில், ஆசிரியத் தளை வந்து தளை பிழையாவதுடன் ஓசையும் கெடும். எனவே, ஓசையும் கெடாமல் பொருளும் மயங்காமல் காக்கும் உத்தியாகவே *ன்தொ* என்பவை *ற்றொ* எனத் திரிக்கப்பட்டன.

உரைநடை வழக்கு

வழி + கண்டான் = வழிகண்டான்; வழியைக் கண்டான் (2ஆம் வேற்றுமை)

வழி + கண்டான் = வழிக்கண்டான்; வழியில் ஒன்றைக் கண்டான் (7ஆம் வேற்றுமை)

தலை + புகுந்தது = தலைபுகுந்தது; தலை வேறொன்றுக்குள்ளே புகுந்தது (எழுவாய்)

தலை + புகுந்தது = தலைப்புகுந்தது; தலைக்குள்ளே வேறொன்று புகுந்தது (7ஆம் வேற்றுமை)

வாய் + பட்டு = வாய்பட்டு; வாய் மற்றொன்றில் பட்டது (எழுவாய்)

வாய் + பட்டு = வாய்ப்பட்டு; வாயில் மற்றொன்று பட்டது (7ஆம் வேற்றுமை)

ஏர் + பின்னது = ஏர் பின்னது - ஏர் மற்றொன்றின் பின்னது (எழுவாய்)

ஏர் + பின்னது = ஏர்ப் பின்னது - மற்றொன்று ஏரின் பின்னது (குறள் 1031) (5ஆம் வேற்றுமை)

ஊழ் + கெட்டு = ஊழ்கெட்டு; ஊழ் தான் கெட்டது (எழுவாய்)

ஊழ் + கெட்டு = ஊழ்க்கெட்டு; ஊழால் தான் கெட்டு (3ஆம் வேற்றுமை)

விளக்கம்: பொதுவாக இந்த ஈறுகள், பெயரும் வினையுமாக அமைந்த தொடரில் வந்தால் வலிமிகாமலே புணரும் என்ற எளிய விதிக்கு இந்த ஒரேயொரு விலக்கு மட்டுமே உண்டு. எனவே, இந்த ஈற்றுடன் வரும் பெயர்வினைத் தொடர், இருபொருள் தரும் தொடர் அன்று என்பதை மட்டும் உறுதி செய்து கொண்டால், வலிமிகாது என்று உடனே முடிவுசெய்துவிடலாம்.

வழிபடுதல், வழிப்படுதல்; கைபற்றுதல், கைப்பற்றுதல் போன்ற பல தொழிற்பெயர்கள் வழக்கில் உள்ளன. இவை, வழி + படு (பெயர் + வினை), கை + பற்று (பெயர் + வினை) போன்ற பெயர்வினைத் தொடர்களிலிருந்து உருவான பெயர்ச்சொற்கள். இவற்றின் பெயர் வினைத் தொடர் இருபொருள் தருவதால், வலிமிகுந்தும் மிகாமலும் இருவிதங்களில் புணர்க்கப்படுகின்றன. அவற்றிலிருந்து உருவாகும் பெயர்களும் அவை போலவே இருவிதமாக அமைகின்றன. இவை, கூட்டுவினை, கூட்டுவினைப் பெயராகும் முறைபற்றிய பகுதியில் முன்னரே விளக்கப்பட்டுள்ளன.

15

நிறுத்தி ஒலிக்கும் தொடர்களின் புணர்ச்சி

சொற்கள் இடைவெளியின்றித் தொடர்ந்து ஒலிக்கும்போதுதான் ஒலிப்பில் மாற்றம் நேருகிறது என்பது முன்னரே விளக்கப்பட்டது. அவற்றை நிறுத்தி ஒலிக்கும்போது, முதற் சொல்லின் இறுதி எழுத்தை ஒலித்தவுடனேயே அடுத்த சொல்லின் முதலெழுத்தை ஒலிக்கத் தொடங்குவதில்லை. எனவே அவற்றின் ஈற்றுக்கும் முதலுக்கும் இடையில் ஒலிச்சந்திப்பு நிகழ்வதில்லை; இதனால், ஒலிப்புணர்ச்சியும் நிகழ்வதில்லை. எனவே, புணர்ச்சி மாற்றமும் நிகழ்வதில்லை. சொற்களைத் தொடர்களாகவும் வாக்கியங்களாகவும் ஆளும்போது, அவற்றின் நீளம் கருதியும், தொனிப்பொருள் கருதியும், இது போன்ற மற்ற தேவைகள் கருதியும் சொற்களின் ஒலிப்பில் இடைவெளி நேரலாம். அப்போது, திரிபு புணர்ச்சிக்குரிய தொடரும் இயல்பாகவே புணர்தல் கூடும். இதனால், இத்தகைய தொடர்களின் புணர்ச்சியை இடமறிந்தும் பொருளுணர்ந்தும் கையாள வேண்டும். நிறுத்தும் இடங்களில் தெளிவுக்காகக் காற்புள்ளியிடலாம். காற்புள்ளி இடும் இடங்களில் புணர்ச்சி மாற்றம் ஏற்படாது. காற்புள்ளியிட வேண்டிய நிறுத்தத்தில் வலிமிகுத்து எழுதுவதும், வலிமிகுத்து எழுதவேண்டிய - நிறுத்தம் தேவையில்லாத - இடத்தில் காற்புள்ளி இடுவதும் தவறாகும்.

எடுத்துக்காட்டு 1

நண்பனைச் சந்தித்து + பேசியபடி + பணத்தைக் கொடுத்தான்.

இதற்கு இருபொருள் விரிக்கலாம். சந்தித்துப் பேசியபோது பணத்தைக் கொடுத்தானா? சந்தித்தபோது, முன்னர்ப் பேசியபடி பணத்தைக் கொடுத்தானா? முந்தியது கருத்து என்றால், சந்தித்து என்ற சொல்லில் வலிமிகும்; பேசியபடி என்ற சொல்லில் நிறுத்தம் நேரும். பிந்தியது கருத்து என்றால், சந்தித்து என்ற சொல்லில் நிறுத்தம் நேரும்; வலிமிகாது.

அ. நண்பனைச் சந்தித்துப் பேசியபடி, பணத்தைக் கொடுத்தான்.
சந்தித்ததும் பேசியதும் ஒரே தருணம்.

ஆ. நண்பனைச் சந்தித்து, பேசியபடி பணத்தைக் கொடுத்தான்
சந்தித்ததும் பேசியதும் வெவ்வேறு தருணம்.

எடுத்துக்காட்டு 2

அவனது பார்வை + போக்கு அவ்வளவு சரியில்லை.

இத்தொடருக்கும் இருபொருள் விரிக்கலாம். அவனது பார்வையின் போக்குச் சரியில்லையா? பார்வை, போக்கு இரண்டுமே சரியில்லையா? முந்தியது கருத்து என்றால், பார்வை என்ற சொல்லில் வலிமிகும். பிந்தியது கருத்து என்றால், பார்வை - போக்கு என்ற சொற்களுக்கு இடையில் ஒலிப்பில் இடைவெளி ஏற்படும். எனவே வலிமிகாது.

அ. அவனது பார்வைப்போக்கு அவ்வளவு சரியில்லை;
பார்வையின் போக்கு என்பது கருத்து.

ஆ. அவனது பார்வை, போக்கு அவ்வளவு சரியில்லை;
பார்வையும் போக்கும் என்பது கருத்து.

எடுத்துக்காட்டு 3

3. அந்த ஏழை + சிறுமியை அன்போடு பார்த்தான்.

இதற்கும் இருபொருள் விரிக்கலாம். யாரோ ஒருவன், அந்த ஏழைச் சிறுமியை அன்போடு பார்த்தானா? ஏழையான அவன், சிறுமியை அன்போடு பார்த்தானா? முந்தியது கருத்து எனில், ஏழை என்ற சொல் வலிமிகும்; சிறுமியை என்ற சொல்லில் நிறுத்தம் நேரும். பிந்தியது கருத்து எனில், ஏழை என்ற சொல்லில் நிறுத்தம் நேரும்; அதில் வலிமிகாது.

அ. அந்த ஏழைச் சிறுமியை, அன்போடு பார்த்தான்;
சிறுமி ஏழை; பார்த்தவன் ஏழை அல்லன்.

ஆ. அந்த ஏழை, சிறுமியை அன்போடு பார்த்தான்;
பார்த்தவன் ஏழை, சிறுமி ஏழை அல்லள்.

எடுத்துக்காட்டு 4

4. மங்கையர் மலர் + கையேந்தி நின்றனர்

இதுவும் இருபொருள் தருவதே. மலர்போன்ற கையை ஏந்தி நின்றனரா? மலரைக் கையில் ஏந்தி நின்றனரா? முந்தியது கருத்து என்றால், மலர் என்ற சொல்லில் வலிமிகும். பிந்தியது கருத்து என்றால், மலர் என்ற சொல்லுக்குப்பின் வலிமிகாது; நிறுத்தம் நேரும்.

அ. மங்கையர் மலர்க்கை ஏந்தி நின்றனர்;
மலர்போன்ற கைகளை ஏந்தி நின்றனர்

ஆ. மங்கையர் மலர் கையேந்தி நின்றனர்;
கைகளில் மலரை ஏந்தி நின்றனர்

எடுத்துக்காட்டு 5

5. அவரைப் பார்த்து + போகவிருப்பதாகத் தெரிவித்தேன்

இந்தத் தொடரும் எங்கே நிறுத்தம் நேர்கிறது என்பதைப் பொருத்து இருவேறு பொருள்களைத் தரக்கூடிய தொடர்தான். பார்த்ததும் தெரிவித்ததும் ஒரே ஆளிடம் என்றால், பார்த்து, போகவிருப்பதாக என்ற இரண்டு சொற்களும் இடைவெளியின்றிச் சேர்ந்து ஒலிக்கும். பார்த்து என்ற சொல்லுக்குப்பின் வலிமிகும். 'போகவிருக்கிறேன்' என்ற செய்திதான் மற்றொருவரைப் பார்த்துத் தெரிவிக்கப்படுகிறது என்றால், பார்த்து என்ற சொல்லுக்குப்பின் நிறுத்தம் நேரும்; அதில் வலிமிகாது. பார்த்து என்ற சொல்லுக்குப் பின் காற்புள்ளி இடுதல் வேண்டும்.

அ. அவரைப் பார்த்துப் போகவிருப்பதாகத் தெரிவித்தேன்;
ஒருவரைப் பார்த்துப் போகவிருப்பதாக, மற்றொருவரிடம் செய்தி தெரிவிக்கப்படுகிறது.

ஆ. அவரைப் பார்த்து, போகவிருப்பதாகத் தெரிவித்தேன்
போகவிருக்கும் செய்தி ஒருவரைப் பார்த்துச் சொல்லப்படுகிறது.

இலக்கணம், இலக்கியத்திலிருந்து எடுக்கப்படுகிறது என்பார்கள். ஆனால், சொற்புணர்ச்சி இலக்கணத்துக்கு முதன்மைத் தரவாக விளங்குவது மக்கள் வழக்கேயாகும். மக்கள் பேசும்போது, எப்படிப் பேசினால் பேசுவது கேட்பவருக்குக் குழப்பமின்றித் தெளிவாகப் புரியுமோ அப்படியேதான் பேசுவார்கள். பொருள் தெளிவே அவர்களது முதன்மை நோக்கமாக இருக்கும். உணர்த்த விரும்பும் பொருளுக்கு ஏற்பச் சொற்களைச் சேர்த்தோ பிரித்தோ ஒலிப்பார்கள். இதனால், சொற் புணர்ச்சி முதலில் நிகழ்வது பேசும் மக்களின் ஒலியுறுப்புகளில்தான்.

எனவே, மேற்கூறியவாறு ஒரே தொடர் இருவேறு பொருள்களைத் தரக் கூடியதாக அமையும் தொடர்களை எழுதும்போது, அதன் பொருளைச் சரியாகப் புரிந்து அதற்கேற்ப அவற்றைப் புணர்த்தல் வேண்டும். இதில் ஐயமோ குழப்பமோ ஏற்பட்டால், அவற்றை நாமே பேசி அல்லது ஒலித்துப் பார்த்து, எந்த விதமான ஒலிப்பு ஏற்ற பொருளைத் தருகிறது என்று புரிந்து உரியவாறு அவற்றைப் புணர்க்கலாம்.

16

கள் பின்னொட்டுப் புணர்ச்சி விதிகள்

கள் என்பது மதுவகையைக் குறிக்கிற பெயர்ச்சொல்லாகவும், பன்மைப் பின்னொட்டாகவும் வழங்கும் சொல். இதன் பெயர்ச்சொல் வடிவம் மற்ற பெயர்ச்சொற்கள் போன்றே புணரும். பின்னொட்டாகப் புணர்வது, ஒரே சொல்லில் நிகழும் அகப்புணர்ச்சி. *கள்* பின்னொட்டாகிப் புணரும் முறைகள் வருமாறு:

கள் பின்னொட்டு விதி 1

நெடில் ஈறு + கள்

நெடில் ஈறு, தனிநெடில் ஈறாக வரினும் ஒன்றுக்கு மேல் எழுத்துகள் உடைய சொல்லின் ஈறாக வரினும் *கள்* ஒட்டு வந்தால் வலிமிகும்.

ஈ + கள் = ஈக்கள்

பூ + கள் = பூக்கள்

புறா + கள் = புறாக்கள்

தேனீ + கள் = தேனீக்கள்

கள் பின்னொட்டு விதி 2

ள்ல் + கள்

குறில்மெய் நிலைமொழி *ள், ல்* ஈறு, *கள்* ஒட்டு வந்தால் திரியும், குறில்மெய் அல்லாத *ள், ல்* ஈறு திரியாது.

முள் + கள் = முட்கள்; முள், குறில்மெய் வடிவம் என்பதால் மெய் வல்லினமானது.

கல் + கள் = கற்கள்; கல், குறில்மெய் வடிவம் என்பதால் மெய் வல்லினமானது.

நாள் + கள் = நாள்கள்; நாள், குறில்மெய் வடிவமன்று என்பதால் இயல்பாகப் புணர்ந்தது.

கால் + கள் = கால்கள்; கால், குறில்மெய் வடிவமன்று என்பதால் இயல்பாகப் புணர்ந்தது.

கள் பின்னொட்டு விதி 3

இணைக்குறில் உகர ஈறு + கள்

உகர ஈற்று இணைக்குறில்கள் அடுத்துக் கள் பின்னொட்டு வரும்போது வலிமிகும்; மற்ற ஈறுகள் கொண்ட இணைக்குறில்கள் வலிமிகா.

தெரு + கள் = தெருக்கள்; தெரு, உகர ஈற்று இணைக்குறில் என்பதால் வலிமிகுந்தது.

உடு + கள் = உடுக்கள்; உடு, உகர ஈற்று இணைக்குறில் என்பதால் வலிமிகுந்தது.

கனி + கள் = கனிகள்; கனி, இணைக்குறிலாயினும் உகர ஈறு அல்லாததால் வலிமிகவில்லை.

கள் பின்னொட்டு விதி 4

மற்ற ஈறுகள்

மேற்கூறிய, நெடில் ஈறு, குறில்மெய் ள், ல் ஈறு, இணைக்குறில் உகர ஈறு ஆகியவை தவிர மற்ற ஈறுகள், கள் பின்னொட்டுடன் சேரும்போது வலிமிகுவதில்லை; மகர ஈறு மட்டும் இன மெல்லெழுத்தாகும்.

எம் + கள் = எங்கள்

மரம் + கள் = மரங்கள்

கண் + கள் = கண்கள்

தூண் + கள் = தூண்கள்

மான் + கள் = மான்கள்

மீன் + கள் = மீன்கள்

மெய் + கள் = மெய்கள்

சேய் + கள் = சேய்கள்

தேர் + கள் = தேர்கள்

யாழ் + கள் = யாழ்கள்

வாள் + கள் = வாள்கள்

வேல் + கள் = வேல்கள்

விழி + கள் = விழிகள்

மலை + கள் = மலைகள்

இரவு + கள் = இரவுகள்

கள் பின்னொட்டு விதி 5

குற்றியலுகர ஈறுகள்

குற்றியலுகர ஈறுகள், கள் பின்னொட்டுடன் சேரும்போது பொதுவாக வழக்கில் வலிமிகுவதில்லை. எனினும் இலக்கிய வழக்கில் வன்றொடர்க் குற்றியலுகரம் மட்டும் ஓசை கருதி வலிமிகுகிறது. வலிமிகாமல் புணர்வதே பெருவழக்கு.

முத்து	+ கள்	=	முத்துகள் / முத்துக்கள்
எழுத்து	+ கள்	=	எழுத்துகள் / எழுத்துக்கள்
காட்டு	+ கள்	=	காட்டுகள் / காட்டுக்கள்
தோப்பு	+ கள்	=	தோப்புகள் / தோப்புக்கள்

கள் என்பது மதுவகையைக் குறிக்கும் பெயராகவும் இருப்பதால், சில பெயர்ச்சொற்களுடன் 'கள்' பின்னொட்டைச் சேர்க்கும்போது, அது மதுவகையான கள்ளைக் குறிக்கிறதோ என்ற குழப்பம் நேரலாம். எடுத்துக்காட்டாக, தோப்புகள், காட்டுகள் என்பவற்றைத் தோப்புக்கள், காட்டுக்கள் என்று எழுதினால், தோப்புக்கள், தோப்பில் உள்ள மரத்தின் கள் என்றும், காட்டுக்கள், காட்டிலுள்ள மரங்களின் கள் என்றும் பொருள்படலாம் எனவே, வன்றொடர்க் குற்றியலுகரத்திலுங்கூட, வலிமிகாமலே கள் பின்னொட்டைச் சேர்ப்பது நல்லது.

17

விதிகளைக் கையாளும் அணுகுமுறை

எல்லாத் தமிழ்ச் சொற்களின் புணர்ச்சியும் முன்னர் நாம் கண்ட 5 வகைக் காரணங்களைச் சார்ந்தே நிகழ்கிறது. எனினும், பயிற்சி போதாமையால், வழக்கிலுள்ள சில சொற்களின் புணர்ச்சி முறையை எந்தக் காரணத்தால் எந்த விதிப்படி ஆளுவது என்ற குழப்பம் பலருக்கு நேர்கிறது. குழப்பம் தமிழ்ப்புணர்ச்சி இலக்கணத்தில் இல்லை; பயன்படுத்துவோரின் பயிற்சிக் குறையிலேயே இருக்கிறது. தமிழ்பயில்வோர், குறிப்பாகத் தமிழ்த் துறையில் பணிபுரிவோர், இத்தகைய சிக்கல் நேரும்போது, பொறுமையாக ஆராய்ந்து தெளிவுபெற முயலவேண்டும். ஆராய்ந்து தெளிவுபெறுவதே கல்வி; மொழிக்கல்வியும் அத்தகையதுதான். அதற்கு மாறாக, அவ்வப்போது மனம்போன போக்கில் காரணம் காண்பதும், தேவையற்ற புதிய விதிகளை உருவாக்கி உலவவிடுவதும் மொழிக்கும் மொழியைப் பயன்படுத்துவோருக்கும் கேடுசெய்தலாகும். இப்படிச் சேர்ந்த விதிகளாலேயே இன்று தமிழ்ச் சொற்புணர்ச்சி இலக்கணம் தமிழ் மாணவர்களுக்கு அச்சமும் வெறுப்பும் ஊட்டும் அளவுக்குக் கடினமாகத் தோன்றுகிறது. இந்நிலை மாறவும், சொற் புணர்ச்சி இலக்கணத்தின் எளிமையும் செம்மையும் மீளவும் தமிழ்த் துறையினர் ஒன்றிணைந்து செயற்பட வேண்டும்.

ஒரு தொடரைப் பார்த்ததும் முதலில் அது நிறுத்தி ஒலிக்கும் தொடரா என்று தெளிய வேண்டும். நிறுத்தி ஒலிப்பதாயின் அதற்குரிய விதிப்படி புணர்த்தல் வேண்டும். சேர்ந்து ஒலிக்கும் தொடர் எனில், நிலைமொழி குற்றியலுகரமா என்று தெளியவேண்டும். குற்றியலுகரம் எனில், அதற்குரிய விதிப்படி புணர்தல் வேண்டும். குற்றியலுகரம் அல்லாத நிலைமொழி எனில், பெயர்ச்சொல்லா வினைச்சொல்லா இடைச்சொல்லா உரிச்சொல்லா என்று தெளிய வேண்டும். பெயராயின், உயர்திணையா அஃறிணையா என்று தெளிய வேண்டும். உயர்திணை யாயின் அதற்குரிய விதியையும் விதி விலக்குகளையும் ஒப்பிட்டு உரிய விதியை முடிவுசெய்தல் வேண்டும்.

அஃறிணைப் பெயராயின், மையீற்றுப் பண்புப்பெயரா எண்ணுப் பெயரா திசைப்பெயரா என்று தெளியவேண்டும். இம்மூன்றனுள் ஒன்று என்றால் அதற்குரிய விதிப்படி புணர்த்தல் வேண்டும். இவற்றில் எதையும் சேராத பெயர் எனில், ஈற்றெழுத்தையும் முதலெழுத்தையும் கவனித்து அந்த வகைக்குரிய விதிப்படி புணரவேண்டும். ஒருவேளை அச்சொல் வினையாய் இருந்தால் வினை நிலைமொழிக்கான விதியை ஆளுதல் வேண்டும். இடை அல்லது உரியாக இருப்பின் அந்த விதிப்படி புணர்த்தல் வேண்டும்.

பெயர், வினை, இடை, உரி என்ற சொல்வகையைச் சேராமல், தனிக்குறில் வடிவில் சுட்டெழுத்து, வினா எழுத்துப் போன்ற ஒலிக்கூறுகளாக இருப்பின் அதற்குரிய விதிப்படி புணர்த்தல் வேண்டும். பிறமொழிச் சொல்லாக இருப்பின் அதற்கெனக் கூறப்பட்ட அணுகு முறையைக் கையாளுதல் வேண்டும்.

சுருங்கக்கூறினால் பின்வரும் வரிசைமுறையில் எண்ணிப் பார்த்தல் தக்கதாய் இருக்கும்:

1. நிறுத்தி ஒலிப்பதா? சேர்ந்து ஒலிப்பதா?
2. குற்றியலுகரமா? என்ன குற்றியலுகரம்?
3. பெயரா? வினையா? இடைச்சொல்லா? உரிச்சொல்லா?
4. பெயராயின், உயர்திணையா? அஃறிணையா?
5. அஃறிணைப் பெயராயின், மரப்பெயரா? மையீற்றுப் பண்புப் பெயரா? எண்ணுப் பெயரா? திசைப்பெயரா? பொதுவான பெயரா?
6. பொதுப் பெயரென்றால் ஈறும் முதலும் யாவை?
7. அடைப்பெயரா? அடுக்குப் பெயரா? மாற்றுப்பெயரா?
8. வினையாயின், முற்றா? எச்சமா? வினையடிச்சொல்லா?
9. இடைச்சொல் எனில் எந்த வகை?
10. உரிச்சொல் எனில் எந்த வகை?
11. பொருள் வேறுபாட்டுக் குறிப்புக்கு உரியதா?
12. விதி விலக்குகள் உள்ளனவா?

'இத்தனை வழிமுறைகளா!' என்று தொடக்கத்தில் அயர்வு தோன்றக் கூடும். கார் ஓட்டுவதற்கான பயிற்சியைத் தொடங்குவோர், இத்தனை வழிமுறைகளா? ஒரே நேரத்தில் இத்தனை காரியங்களைக் கவனிக்க வேண்டுமா? என்றெல்லாம் எண்ணி அயர்ந்து ஒதுங்குவதில்லை. கார் ஓட்டுவதில் இருக்கும் ஆர்வம், அதன் வழிமுறைகளைக் கைவரும் வரை தொடர்ந்து பயிற்சி செய்ய ஊக்குகிறது. தமிழைப் புணர்ச்சிப்

பிழையின்றி எழுதவேண்டும் என்ற ஆர்வம் மனத்தில் இருந்தால் விதிகளைப் புரிந்து பயிற்சி செய்தலும், கைவரும் வரை திரும்பத் திரும்ப முயல்வதும் கடினமான செயல்கள் அல்ல.

பொறுமையாகவும் உறுதியாகவும் படிப்படியாகச் சரியான அணுகு முறையில் விதிகளை நம்பிக்கையோடு பயன்படுத்தத் தொடங்கினால், நாளடைவில் பார்த்த நொடியிலேயே, எழுதும் போக்கிலேயே சரியான புணர்ச்சியுடன் தொடர்களை எழுதும் திறன் விரைந்து வாய்க்கும் என்பதில் ஐயமில்லை.

சில எடுத்துக்காட்டுகள்

எடுத்துக்காட்டு 1

1. *அப்பர் + தமிழ்ப்பள்ளி = அப்பர் தமிழ்ப்பள்ளி*
2. *தஞ்சாவூர் + தமிழ்ச்சங்கம் = தஞ்சாவூர்த் தமிழ்ச்சங்கம்*

விளக்கம். முதல் தொடர், இரண்டு பெயர்கள் கொண்டது; (*தமிழ்ப்பள்ளி* என்பது இங்கே ஒரே பெயராகவே கொள்ளப்படுதல் வேண்டும்.) இது, நிறுத்தி ஒலிக்கும் தொடரன்று. *அப்பர்* என்ற முதற்பெயர் உயர்திணைப் பெயர். உயர்திணைப் பெயர் இயல்பாகவே புணரும் என்பது மரபு விதி. இந்த விதிக்கு விதி விலக்குகள் உள்ளன. அவற்றையும் ஒப்பிட்டுப் பார்த்தல் வேண்டும். இந்தத் தொடர், விதிவிலக்குகளின் கீழ் வரவில்லை. எனவே, அதனை வலிமிகாமல் இயல்பாகப் புணர்த்தலே சரியான முறையாகும்.

இரண்டாம் தொடரும் முதல் தொடர் போன்றதே. ஆனால், ஒரு வேறுபாடு உண்டு. *தஞ்சாவூர்* உயர்திணைப் பெயரன்று; நகரின் பெயர். எனவே, உயர்திணை விதி பொருந்தாது. நிலைமொழி *ர்* என்ற ஈறு கொண்டது; வருமொழி முதல் *த* > *த்அ*. இதில் *த்* என்ற மெய் முதலில் உள்ளது. இதனால், இத்தொடர் *ர் + த்* என்ற எழுத்துகளின் சந்திப்பு. *ர்* ஈறு உயிர் ஈறு போலப்புணரும். எனவே, இந்தத் தொடரை உயிர் + மெய் விதிப்படி புணர்த்தல் வேண்டும். *ர்* ஈறு பற்றிய விதி, அடைப் பெயர் வலிமிகும் என்கிறது. தஞ்சாவூர், தமிழ்ச்சங்கத்துக்கு அடைப் பெயரானது; எனவே இதனை வலிமிகுத்தே புணர்த்தல் வேண்டும்.

எடுத்துக்காட்டு 2

1. *இரவு + பகல் = இரவுபகல்*
2. *இரா + பகல் = இராப்பகல்*

விளக்கம்: முதல் தொடர், இருபெயர்கள் கொண்டது. நிறுத்தி ஒலிக்கும் தொடர் அன்று. முதற்பெயர் அஃறிணைப் பெயர்; பொதுவான

பெயர்தான். இதன் ஈறு வு. எனவே குற்றியலுகரம் அன்று. பகல் என்ற வருமொழியின் முதல் ப் என்ற மெய். இதனால் இது, வு + ப் சந்திப்பு. வு ஈறு, உயிர் + மெய்ப் புணர்ச்சி விதி 3க்கு உரியது. அடைப்பெயர் வலிமிகும்; அடுக்குப்பெயரில் வலிமிகாது என்பது அந்த விதி. இங்கு இருபெயர்கள் பொருள் தொடர்பின்றி அடுக்கி வந்ததால் இரவு அடுக்குப்பெயர். எனவே இந்தத் தொடரில் வலிமிகாது.

இரண்டாம் தொடர், சொற்களாலும் பொருளாலும் முதல் தொடரை ஒத்ததே. ஆனாலும் ஒரு வேறுபாடு உள்ளது. முதல் தொடரின் நிலைமொழி ஈறு வு; இரண்டாம் தொடரின் நிலைமொழி ஈறு ஆ என்ற உயிர். ஆ ஈற்றுப் பெயர் எதுவாயினும் வலிமிகும் என்பது உயிர் + மெய் விதி 2. எனவே, இந்தத் தொடரை வலிமிகுத்தே புணர்த்தல் வேண்டும்.

எடுத்துக்காட்டு 3

1. அள்ளி + கொடுத்தான் = அள்ளிக் கொடுத்தான்
2. அளந்து + கொடுத்தான் = அளந்து கொடுத்தான்
3. எடுத்து + கொடுத்தான் = எடுத்துக் கொடுத்தான்

விளக்கம்: முதல் தொடர் நிறுத்தி ஒலிக்கும் தொடர் அன்று. அள்ளி என்ற நிலைமொழி குற்றியலுகரம் அன்று. அது வினைச்சொல் - வினை யெச்சம். வினையெச்சத்தில் வலிமிகும் என்பது வினை நிலைமொழிக்கு உரிய விதி. எனவே இத்தொடர் வலிமிகுந்தே புணரும்.

இரண்டாம் தொடர் முதல் தொடர் போன்றதே. ஆனால், ஒரு வேறுபாடு உண்டு. இதில் நிலைமொழி குற்றியலுகரம் - மென்றொடர்க் குற்றியலுகரம். அடைப்பெயரும் இடச் சுட்டு, வினாப் பெயரும் மட்டுமே வலிமிகும் என்பது மென்றொடர்க் குற்றியலுகர விதி. அளந்து என்பது அடைப்பெயரும் அன்று; இடச்சுட்டுப் பெயரும் அன்று. எனவே, இது வலிமிகாமல் இயல்பாகவே புணரும்.

மூன்றாம் தொடரும் முந்தியது போன்றதே. இரண்டாம் தொடரின் நிலைமொழிபோல் இதன் நிலைமொழியும் குற்றியலுகரந்தான். ஆனால், அதற்குள்ளும் வேறுபாடு உண்டு. அளந்து என்பது மென் றொடர்க் குற்றியலுகரம். இதிலுள்ள எடுத்து என்பது வன்றொடர்க் குற்றியலுகரம். எனவே, இந்தத் தொடர் வலிமிகுந்தே புணரும்.

எடுத்துக்காட்டு 4

1. கத்து + கடல் = கத்துகடல்
2. முத்து + கடல் = முத்துக்கடல்

விளக்கம்: முதல் தொடர் நிறுத்தி ஒலிக்கும் தொடரன்று. அதன் நிலைமொழி வன்றொடர்க் குற்றியலுகரம். வினையடிச்சொல் தவிர மற்றெல்லாம் வலிமிகும் என்பது அதற்குரிய விதி. இங்குள்ள கத்து என்ற சொல் வினையடிச்சொல்தான். எனவே, இத்தொடர் வலிமிகாது.

இரண்டாம் தொடரும் நிறுத்தி ஒலிக்கும் தொடர் அன்று; முந்திய தொடர் போன்றேதே. இதன் நிலைமொழி வன்றொடர்க் குற்றியலுகரம். வினையடிச்சொல் தவிர மற்றெல்லாம் வலிமிகும் என்பது வன்றொடர்க் குற்றியலுகரத்துக்குரிய விதி. இங்கு *முத்து* என்ற வன்றொடர்க் குற்றியலுகரம் வினையடிச்சொல் அன்று; பெயர்ச்சொல். எனவே இத்தொடர் வலிமிகுந்தே புணரும்.

எடுத்துக்காட்டு 5

1. *அறியாத பருவம்*
2. *அறியாப் பருவம்*

விளக்கம்: முதல் தொடர் நிறுத்தி ஒலிக்கும் தொடர் அன்று. அறியாத என்பது வினைச்சொல் - பெயரெச்சம். எனவே, இதற்கு உரியது, வினை நிலைமொழி விதி. வினையெச்சமும் *ஆ, ஐ* ஈற்றுப் பெயரெச்சமும் வலிமிகும்; மற்றவை வலிமிகா என்பது விதி. இந்தப் பெயரெச்சம் *அ* என்ற உயிருடன் முடிவதால், அஃது *அ* ஈற்றுப் பெயரெச்சம். எனவே விதிப்படி இது வலிமிகாமல் இயல்பாகவே புணரும்.

இரண்டாம் தொடரும் நிறுத்தி ஒலிப்பது அன்று. *அறியா* என்பதும் வினைச்சொல்தான்; அதாவது பெயரெச்சம். வினை நிலைமொழி விதிப்படி, வினையெச்சமும் *ஆ, ஐ* ஈற்றுப் பெயரெச்சமும் வலிமிகும்; மற்றவை வலிமிகா. *அறியா* என்ற இந்தச் சொல்லும் முதல் தொடரில் உள்ளது போன்ற பெயரெச்சந்தான். ஆனால், இதன் ஈறு *ஆ* என்ற நெடிலாக அமைந்ததால், விதிப்படி இது வலிமிகுந்தே புணரும்.

விதிகளைப் புரியும்வரை பலமுறை பயின்று, சோர்வடையாமல் தொடர்ந்து பயிற்சி செய்தால் சொற்புணர்ச்சி முறைகளில் உறுதியாகத் தெளிவுபெறலாம்.

பிறமொழிச் சொற்களின் புணர்ச்சி

பிறமொழிச் சொற்களைத் தேவை கருதித் தமிழில் ஆளும்போது, அவற்றைத் தமிழியல்புக்கு ஏற்ப மாற்றியே ஆளுதல் வேண்டும். *English* என்பதை *ஆங்கிலம்* என்றும் *England* என்பதை *இங்கிலாந்து* என்றும் முன்னோர் வழங்கியது இந்த மரபைப் பேணித்தான். இவ்வாறு செய்யும்போது, அந்தச் சொற்களின் புணர்ச்சி முறையில் சிக்கல் ஏற்படாது; புதுவிதியும் தேவைப்படாது.

சோடா என்பதும் பீடா என்பதும் பிறமொழிச் சொற்கள்தான். ஆனால், அவற்றைத் தமிழாக எண்ணி ஒலிப்பதால்தான் மக்கள் *சோடாக்கடை*, *பீடாக்கடை* என்று சொல்லுகிறார்கள். *தேசியக் கொடி* என்பது வலிமிகும்போது, *தேசிய கீதம்* ஏன் வலிமிகவில்லை என்று பலர் குழம்புகின்றனர். *கொடி* என்பது தமிழ்ச்சொல்; அதன் முதலெழுத்து *க* என்ற வல்லினம் எனவே வலிமிகுந்தது. *கீதம்* என்பது வடசொல்; *கீ* என்ற அதன் முதலெழுத்து, *சங்கீதம்* என்ற சொல்லில் உள்ள *ங்கீ* (gee) என்ற ஒலிப்புக் கொண்டது; அது வல்லினம் அன்று என்பதால் வலிமிகவில்லை. இந்த விளக்கமும் முறையும் அந்தக் காலத்தில் சரி. அப்போது தமிழ் பயின்றவர்கள் வடமொழிச் சொற்களின் ஒலிப்பை யும் அறிந்திருந்தனர். இன்றைய நிலை அவ்வாறில்லை. என்ன ஒலிப்புடைய எந்த மொழிச் சொல்லாயினும் தமிழில் எழுதும்போது *கீ* என்று போட்டுவிட்டால் அதனை வல்லினமாகக் கொள்ளுவதே பொருத்தமாகும். *குடும்ப தினம்* என்ற தொடரின் *தினம்* என்பதிலுள்ள *தி* என்ற எழுத்து, *சந்தி* என்பதிலுள்ள *தி* (dhi) போன்ற ஒலியுடையது என்பதால் வலிமிகாமல் எழுதுவதும் இதே போன்றதுதான். எனவே, இக்காலத்தில், *தேசியக் கீதம்* என்றும் *குடும்பத்தினம்* என்றும் எழுதுவதே குழப்பங்களைத் தவிர்ப்பதற்கு வழியாகும். இதனைவிடச் சிறந்தவழி, தேசியக் கீதத்தை நாட்டுப்பாடல் என்றும் குடும்பத் தினத்தைக் குடும்பநாள் என்றும் எழுதுவதேயாகும்.

சுருங்கக் கூறினால், பிறமொழிச் சொற்களைத் தமிழில் வழங்கும் போது அவற்றைத் தமிழ்ச்சொற்களுக்குரிய ஒலிப்பில் தமிழ்ச்சொற் களுக்குரிய புணர்ச்சி முறையில் வழங்குவதே தெளிவான மொழிக் கொள்கை. இதையே, 'வடசொற்கிளவி வடவெழுத் தொரீஇ எழுத்தொடு புணர்ந்த சொல்லாகும்மே' என்று தொல்காப்பியப் பேராசான் விதியாக்கி யுள்ளார். இதில் வடசொல் என்பது பிறசொல் அனைத்தையும் உள்ளடக்கிய குறிப்புத்தான். பிறமொழிச் சொற்களை எழுத நேருமாயின், தமிழ் எழுத்தொலிகளால் எழுதி தமிழ்ப்புணர்ச்சி முறைகளையே கையாண்டு பயன்கொள்க என்பதே இந்த நூற்பாவின் பொருளாகும்.

18

சில நடைமுறைச் சிக்கல்களும் தீர்வுகளும்

போல என்ற உவம உருபில் வலிமிகும் என்றொரு விதி நடப்பில் உண்டு. இந்தச் சொல்லுக்கு ஒரு தனிவிதி தேவையில்லை. *போலுதல்* என்பது போல இருத்தல். *போன்றது*, *போல்கிறது*, *போலும்* என்பவை இதன் வினைமுற்றுகள்; *போன்று*, *போல* என்பவை இதன் வினையெச்சங்கள்; *போன்ற*, *போல்கிற*, *போலும்* என்பவை பெயரெச்சங்கள்; *போல்க* என்பது இதன் ஏவல் வியங்கோள். 'அகலாது அணுகாது தீய்காய் வார் போல்க' என்று வள்ளுவர் குறளில் ஆளும் அதே வினைச்சொல் தான் இது. எனவே, *போல* என்பது வினையெச்சம். 'வினையெச்சத்திலும் ஆகார ஐகார ஈற்றுப் பெயரச்சத்திலும் வலிமிகும்; மற்ற வினைகள் வலிமிகா' என்று இந்நூலில் உள்ள விதியில் இந்தச் சொல் அடங்கிவிடும்.

அன்ன என்பதும் உவம உருபுதான். ஆனால் *போல* என்பதுபோல் வலிமிகுந்து புணராது. ஏனெனில் இது பெயரெச்சம் அல்லது இக்கால வழக்குப்படி பெயரடை.

மலரன்ன கன்னம் - *அன்ன*, பெயரெச்சம்; *கன்னம்* என்ற பெயருடன் பொருள் நிறைவுபெற்றது.

நிலவன்ன முகம் - *அன்ன*, பெயரெச்சம்; *முகம்* என்ற பெயருடன் பொருள் நிறைவுபெற்றது.

போல என்பதை வினையெச்சம் என்று அறிந்துகொள்ள வழி காட்டாமல், அதற்கென்று ஒரு தனிவிதியை உருவாக்கியது போலப் பல சொற்களுக்குத் தனிவிதிகள் உருவாகி உலவுகின்றன. அந்த விதிகளுக்குப் பழக்கப்பட்ட அன்பர்கள், இந்த நூலில், அதற்கு விதி இல்லை இதற்கு விதி இல்லை என்று அயர்வுகொள்ளக் கூடும். அந்த நிலையைத் தவிர்த்து, நடப்பில் தனிவிதி வழங்கும் சொற்களை இந்த நூலிலுள்ள விதிகளுக்குள்ளேயே கண்டு தெளிவதற்காக இந்தப் பகுதி எழுதப்படுகிறது.

1. 'படு' வினைச்சொல்

படு என்பது பலபொருள் கொண்ட வளமான வினைச்சொல். கைபட்டு விட்டது என்ற தொடரில், படு என்பது, ஒரு பொருளின்மேல் கைக்கு மெய்த் தொடர்பு (physical contact) ஏற்பட்டதைக் குறிக்கிறது. செடிபட்டு விட்டது என்ற தொடரில், படு என்பது, உயிர்ப்பு இழந்ததைக் குறிக்கிறது. தடைப்பட்டுவிட்டது என்ற தொடரில், படு என்பது குறிப்பிட்ட நிலைக்கு உட்பட்டதைக் குறிக்கிறது.

எனவே, இந்த வினைச்சொல்லுக்கு என்ற தனியே ஒரு விதிவகுத்தல் பொருத்தம் அன்று; தேவையும் அன்று. இது பொருள் வேறுபாடு காட்டும் புணர்ச்சி முறைக்கு உரியது.

வேட்டியில் கறைபட்டது

கறைபட்டது என்பது பெயர்வினைத்தொடர். இதில் *கறை* எழுவாய்; கறை, வேட்டியில் சார்ந்தது என்பது பொருள். பெயரும் வினையும் இயல்பாகப் புணர்ந்தன.

வேட்டி கறைப்பட்டது

கறைப்பட்டது என்பது பெயர்வினைத் தொடர். இதில் *வேட்டி* எழுவாய்; வேட்டி கறைக்கு உட்பட்டது என்பது பொருள். பெயர் வினைத்தொடர் பொருள் வேறுபாடு காட்ட வலிமிகுந்தது.

தொழிற்சாலை அடைபட்டது

அடைபட்டது என்பது வினைவினைத் தொடர். தொழிற்சாலை அடைக்கப்பட்டது என்பது பொருள். அடை என்பது வினையடிச் சொல் எனவே வலிமிகாது.

மின்சாரம் தடைப்பட்டது

தடைப்பட்டது என்பது பெயர்வினைத் தொடர். *மின்சாரம்* எழுவாய்; மின்சாரம் தடைக்கு உட்பட்டது என்பது பொருள். இதில் *தடை* என்பது பெயர்ச்சொல். இது, வேட்டி கறைப்பட்டது என்பது போன்ற தொடர்; எனவே வலிமிகுந்தது.

மேலே காட்டிய தொடர்கள், வினையடிச்சொல்லில் வலிமிகாது என்ற விதியிலும், பொருள் வேறுபாடு காட்டும் விதியிலும் அடங்கி விடும். இதற்குத் தனிவிதி தேவையில்லை.

வினையெச்சம் பெயரெச்சம் போலத் தோன்றுதல்

போல, நிறைய, குறைய போன்றவை வினையெச்சங்கள். இவற்றை இன்று பலர் தவறாகப் பெயரெச்சம் போல ஆளுகின்றனர். இதனால்,

பெயரெச்சத்தில் வலிமிகாது என்ற விதியின்படி இவற்றில் வலிமிகுக்காமல் பிழையாக எழுதுகின்றனர்.

நிறையப் பெண்கள் வந்தனர்

நிறைய என்பது *பெண்கள்* என்ற பெயருக்கு முன் வந்ததால் இதைப் பெயரெச்சம் என்று கருதுதல் தவறு. *நிறைதல்* என்பது இதன் தொழிற்பெயர். *நிறைந்தது*, *நிறையும்* என்பவை வினைமுற்றுகள்; *நிறைந்து*, *நிறைய* என்பவை வினையெச்சங்கள்; *நிறைந்த*, *நிறைகிற*, *நிறையும்* என்பவை பெயரெச்சங்கள். இத்தொடரை *பெண்கள் நிறைய வந்தனர்* என்று எழுவதே பொருத்தம். இது வினையெச்சம் என்பதால் எங்கிருந்தாலும் *கசதப*வரின் வலிமிகும். *குறைய* என்ற சொல்லும் இதே குழப்பத்துக்கு உள்ளானதுதான்; இதுவும் எங்கிருந்தாலும் *கசதப*வரின் கட்டாயம் வலிமிகும். *போல* என்பதும் இதே போன்றதுதான்; வலிமிகும்.

முன்னர், பின்னர்; அன்றி, இன்றி; அப்படி, இப்படி, எப்படி; அவ்வகை, இவ்வகை, எவ்வகை; அத்துணை, இத்துணை, எத்துணை என்ற சொற்களில் வலிமிகும் என்றும் *அவ்வாறு, இவ்வாறு, எவ்வாறு; அத்தனை, இத்தனை, எத்தனை* என்ற சொற்களில் வலிமிகாது என்றும் நடப்பு விதிகள் உள்ளன.

இத்தகைய விதிகளை மனப்பாடம் செய்வது கடினம். இந்த விதிகள் தேவைப்படுபவையும் அல்ல. இந்தச் சொற்கள் எந்த விதிக்குரியவை என்பதைப் புரிந்து கையாளுவதற்குத் தெரிந்துகொண்டால் அந்த அந்த விதிகளின்படியே இவற்றை புணர்க்கலாம்.

முன்னர், பின்னர், அன்றி, இன்றி என்பவை வினையெச்சங்களே - குறிப்பு வினையெச்சங்கள்; *இன்று* வினையடை எனப்படும் வகையைச் சேர்ந்தவை. இவை வினைச்சொல்லுடனேயே பொருள் நிறைவு பெறுவதைக் கவனித்தால், வினையெச்சம் என்பது புலப்படும் எனவே இவை வினையெச்சத்தில் வலிமிகும் என்ற விதியிலேயே அடங்கும்.

முன்னர்ச் சொன்னான் - சொன்னான் என்ற வினையுடன் முடிந்தது

பின்னர்க் கேட்டான் - கேட்டான் என்ற வினையுடன் முடிந்தது

அன்றிக் கண்டதில்லை - கண்டதில்லை என்ற வினையுடன் முடிந்தது

இன்றிப் போவதில்லை - போவதில்லை என்ற வினையுடன் முடிந்தது

அப்படி, இப்படி, எப்படி; அவ்வகை, இவ்வகை, எவ்வகை; அத்துணை, இத்துணை, எத்துணை என்ற சொற்கள் அடிப்படையில் பெயர்சொற்கள். இவை அடுத்துவருகிற சொற்களுடன் சேர்ந்து தொடராகும்போது இருபொருள் தரக்கூடியவை. எனவே, இவற்றுக்குத் தனிச்சொல் நிலையில் ஒரு விதியை உருவாக்குதல் பொருந்தாது.

அப்படி, இப்படி, எப்படி என்ற சொற்களில் உள்ள படி என்ற பெயர்ச் சொல்லுக்கு விதம், முறை, நிலை என்ற பலபொருள்கள் உள்ளன. கட்டட வாசல், ஏணி போன்றவற்றின் வாசல்களில் அமையும் படிகளையும் இது குறிக்கும். எனவே இதுபோன்ற தொடர்களைப் பொருளுக்கு ஏற்றவாறே கையாளவேண்டும்.

அப்படி தாண்டாதே - அந்தப் படியைத் தாண்டாதே

அப்படித் தாண்டாதே - அந்த முறையில் தாண்டாதே

அவ்வகை, இவ்வகை, எவ்வகை என்பவையும் படி போன்றவையே. வகை என்பது விதம், பிரிவு என்ற பொருள்கள் கொண்ட பெயர்ச்சொல். இந்தச் சொற்களும் இருபொருள்தரும் தொடர்களாக அமையலாம்.

அவ் வகை தரமானது - அந்த வகை தரமானது
இது பெயர்வினைத் தொடர் (வகை - எழுவாய்) வலிமிகவில்லை.

அவ்வகைத் தரம் மிகச்சிறந்தது - அந்த வகையான தரம் மிகச்சிறந்தது
அவ்வகைத் தரம் என்பது பெயர்பெயர்த் தொடர்; வகை, அடைப் பெயர் என்பதால் வலிமிகுந்தது

அத்துணை, இத்துணை, எத்துணை என்ற சொற்களும் மேலே காட்டிய இரு வகைகளைச் சார்ந்தவையே. துணை என்பது உதவி, அளவு எனப் பலபொருள் கொண்ட பெயர்ச்சொல். இந்தச் சொற்களும் இருபொருள் தரும் தொடர்களாகக் கூடியனவே.

இத்துணை பெரிது - இந்தத் துணை பெரியது; துணை, எழுவாய்; துணை பெரிது, பெயர்வினைத் தொடர்; வலிமிகவில்லை

இத்துணைப் பெரிது! - இந்த அளவுக்குப் பெரியது; வலிமிகுந்தது

மேற்கூறிய சொற்கள் பொருள் கருதி வேறுபட்டதைக் காணலாம். எனவே அவை பொருள்வேறுபாடு கருதிய புணர்ச்சி முறைக்கு உரியவை.

அவ்வாறு, இவ்வாறு, எவ்வாறு என்ற சொற்கள் உயிர்த்தொடர்க் குற்றியலுகரம் என்பதால் வலிமிகமாட்டா. இவை குற்றியலுகர விதிக்கு உட்பட்டவை என்பதால், தனி விதி தேவையில்லை.

அத்தனை, இத்தனை, எத்தனை என்பவை அளவைக் குறிக்காமல் எண்ணைக் குறிப்பவை. எத்தனை கனிகள்? என்ற வினாவுக்கு மூன்று கனிகள் என்று விடைவரலாம். விடையாக வந்த மூன்று எண்ணுப் பெயர் என்பதுபோல் வினாவாக எந்த, எத்தனை என்பதும் எண்ணுப் பெயர்தான். எனவே, இச்சொற்கள், எண்ணுப்பெயர்ப் புணர்ச்சி விதியில் அடங்கிவிடும்.

19
சொற்புணர்ச்சி விதிகளின் சுருக்கம்

இந்நூலில், விதிகள் விரிவாக விளக்கப்பட்டிருப்பதாலும், நூலை எப்போதும் உடன் வைத்திருப்பது கடினம் என்பதால், அன்பர்கள் படி எடுத்து எந்த இடத்திலும் எந்த நேரத்திலும் தேவைக்கேற்பப் பயன்படுத்த உதவியாக விதிகளின் பட்டியல் சுருக்கமாக இங்கே தரப்படுகிறது.

1. மரபுவிதிகள்

1.1. உயர்திணைப் பெயர் திரிந்து புணராது; இயல்பாகவே புணரும். (காமராசர் பல்கலைக்கழகம்). விதி விலக்குகளை உள்ளே காண்க.

1.2. மரப்பெயர் மெல்லினம் மிகும் அல்லது அம் சாரியை பெறும். (மாங்கனி, புளியங்காய்). விதி விலக்குகளை உள்ளே காண்க.

2. குற்றியலுகர விதிகள்

2.1. வன்றொடர்க் குற்றியலுகரம் வினையடிச்சொல் தவிர மற்ற எல்லா இடங்களிலும் வலிமிகும் (முத்துப்பல், பார்த்துப்பேசு, எட்டுத்தொகை; கத்துகடல் - வலிமிகவில்லை).

2.2. மென்றொடர்க் குற்றியலுகரம் அடைப்பெயரிலும் இடச் சுட்டு, வினாக்களிலும் வலிமிகும் (அன்புத்தாய், குரங்குக்குறும்பு; இங்குக் காட்டு, எங்குப்போனாய்).

3.3. உயிர்த்தொடர், நெடிற்றொடர், இடைத்தொடர், ஆய்தத் தொடர்க் குற்றியலுகரங்கள் எங்கும் வலிமிகா. புணரும்போது உயிர்த் தொடரும் நெடிற்றொடரும் இரட்டி வன்றொடர்க் குற்றியலுகரமானால் வலிமிகும் (திரிபு புணர்ச்சி, பாகுசுவை; நாட்டுப்பற்று, வயிற்றுப்பசி).

3. உயிர் + உயிர்ப் புணர்ச்சி விதிகள்

3.1. இ, ஈ, ஐ ஈறுகள் யகர உடம்படுமெய் பெற்றுப் புணரும். அ, ஆ, உ,

ஊ, ஓ, ஔ ஈறுகள் வகர உடம்படுமெய் பெறும். ஏகார ஈற்றுப் பெயர்ச்சொல் வகரமும் இடைச்சொல் யகரமும் பெறும் (*மணியடி, களையெடு; வந்தவுடன், நிலாவொளி; தேவுலகம், அதேயிடம்*).

3.2. வு- ஈறு மட்டும் ஈறுகெட்டு, எஞ்சிய வகரமெய்யில், வரும் உயிர் சேர்ந்து உயிர்மெய்யாகிப் புணரும் (*நிலவு + ஒளி = நிலவொளி*).

3.3. தனிக்குறில் உயிர் ஈறு எல்லாம் உயிர்வந்தால் வகரமெய் தோன்றி, இரட்டி உயிர்மெய்யாகிப் புணரும் (*அ + இடம் = அவ்விடம்*).

4. மெய் + உயிர்ப் புணர்ச்சி விதிகள்

4.1. மெய் ஈறு, வரும் உயிருடன் சேர்ந்து உயிர்மெய்யாகிப் புணரும் (*தேன் + அடை = தேனடை*).

4.2. மெய் ஈறு, குறில்மெய் வடிவமானால், மெய் இரட்டி வரும் உயிர் சேர்ந்து உயிர்மெய்யாகும் (*மண் + உலகு = மண்ணுலகு*).

5. உயிர் + மெய்ப் புணர்ச்சி விதிகள்

5.1. தனிக்குறில் நிலைமொழி, வருமெய் எதுவாயினும் அதுவே மிகுந்து புணரும். யகரம் வந்தால் மட்டும், வகர மெய் மிகுந்து புணரும் (*அ + பக்கம் = அப் பக்கம், இ + யானை = இவ் யானை*).

5.2. *அ, உ, ஆ, ஃ, ஊ, ஏ, ஓ, ஔ* என்ற 8 உயிர் ஈற்று அஃறிணைப் பெயர்கள் எல்லாம் வலிமிகுந்தே புணரும். *ஔ* மட்டும் உகரம் தோன்றி வலிமிகும் (*நிலாச்சோறு, மதுக்குடம், கௌவுக்கடிது*).

5.3. *இ, ஐ, வு, ய், ர், ழ், ம்* ஈற்று நிலைமொழிகளில், அடைப்பெயர் வலிமிகும்; அடுக்குப்பெயர் மிகாது; பெயர்வினைத் தொடரும் மிகாது (*ஒளிக்கதிர், கலைச்சுவை; கதைகட்டுரை; பனிபெய்தது, வேலை கிடைத்தது*).

5.4. *இ, ஃ, ஐ, ய், ர், ழ், ம்* ஈற்றுக் கூட்டுவினைப் பெயர்கள், வினை புணர்ந்த வடிவிலேயே இருக்கும் (*இடிதாங்கி, தொலைபேசி*).

5.5. *ம்* ஈற்று அடைப்பெயர், *ம்* கெட்டு, *கசதப*வரின் வலிமிகும்; பிற மெய்/உயிர் வரின் இயல்பாகும். இயல்பானாலும், வல்லினம் வந்தால் இன மெல்லெழுத்தாகும்; *ஞ, ந* வந்தால் வந்த மெய்யாகும் (*இனப்பற்று, இனவுணர்வு, இனநலம்; மனங்குளிரும்; நம் + நாடு = நந்நாடு*).

5.6. வினைச்சொற்களில், வினையெச்சமும் ஆகார, ஐகார ஈற்றுப் பெயரெச்சமும் வலிமிகும். மற்ற வினைச்சொற்கள் வலிமிகா (*சொல்லிக்கொடுத்தான், அறியாப் பருவம், நேற்றைச்செய்தி*).

5.7. இடைச்சொற்களில், ஐ என்ற இரண்டாம் வேற்றுமை உருபும், இடை, கடை போன்ற உயிரீற்று ஏழாம் வேற்றுமை உருபுகளும் வலிமிகும். குற்றியலுகர இடைச்சொற்கள் குற்றியலுகர விதிப்படி புணரும் (*தமிழைப்படி, காட்டிடைக்கண்டேன், மற்றுப்பல*).

5.8. உரிச்சொற்களில், 'மழ' என்ற சொல் தவிர மற்ற அகர ஈற்று உரிச் சொற்கள் எல்லாம் வலிமிகும். மற்றவை, பெயராக வந்தால் பெயர் போலவும், வினையாக வந்தால் வினை போலவும் புணரும். குற்றியலுகர உரிச்சொற்கள் அந்த விதிப்படி புணரும் (*தவப்பெரிது, பயன்கருதி, பயத்தகொடை, சிவப்புச்சேலை*).

5.9. மாற்றுப்பெயரும் எண்ணுப்பெயரும் இயல்பாகவே புணரும் (*நீகொடு, ஏழுகனிகள்*).

6. மெய் + மெய்ப் புணர்ச்சி விதிகள் (திரிபு புணர்ச்சி)

மயங்காத மெய்கள்

குறில்மெய் நிலைமொழி

(*ண்த, ண்ந, ன்த, ன்ந, ள்த, ள்ந, ல்த, ல்ந* ஆகிய சந்திப்புகள்)

6.1. *ண் + த* > எல்லாம் *ண்ட* ஆகும் (*மண் + தலம் = மண்டலம்*) அடைப்பெயர் மட்டும் செய்யுள் வழக்கில் *ட்ட* ஆகும் (*மண் + தரை = மட்டரை*)

6.2. *ன் + த* > எல்லாம் *ன்ற* ஆகும் (*தென் + திசை = தென்றிசை*) அடைப்பெயர் மட்டும் *ற்ற* ஆகும் (*பொன் + துகள் = பொற்றுகள்*)

6.3. *ண் + ந* > எல்லாம் *ண்ண* ஆகும் (*தண் + நீர் = தண்ணீர்*)

6.4. *ன் + ந* > எல்லாம் *ன்ன* ஆகும் (*தென் + நாடு = தென்னாடு*)

6.5. *ள் + த* > எல்லாம் *ட்ட* ஆகும் (*எள் + துணை = எட்டுணை*)

6.6. *ல் + த* > எல்லாம் *ற்ற* ஆகும் (*பொன் + தேர் = பொற்றேர்*)

6.7. *ள் + ந* > எல்லாம் *ண்ண* ஆகும் (*முள் + நாறி = முண்ணாறி*)

6.8. *ல் + ந* > எல்லாம் *ன்ன* ஆகும் (*சொல் + நயம் = சொன்னயம்*)

குறில்மெய் அல்லாத நிலைமொழி

6.9. *ண் + த* > எல்லாம் *ண்ட* ஆகும் (*முரண் + தொடை = முரண்டொடை*)

6.10. *ன் + த* > எல்லாம் *ன்ற* ஆகும் (*தேன் + தமிழ் = தேன்றமிழ்*)

6.11. *ண் + ந* > எல்லாம் *ண* ஆகும் (*ஊண் + நலம் = உணலம்*)

6.12. ன் + ந > **எல்லாம்** ன **ஆகும்** (தேன் + நிலவு = தேனிலவு)

6.13. ள் + த > **எல்லாம்** ட **ஆகும்** (நாள் + தோறும் = நாடோறும்)

6.14. ல் + த > **எல்லாம்** ற **ஆகும்** (நூல் + தோறும் = நூறோறும்)

6.15. ள் + ந > **எல்லாம்** ண **ஆகும்** (வாள் + நுனி = வாணுனி)

6.16. ல் + ந > **எல்லாம்** ன **ஆகும்** (நூல் + நயம் = நூனயம்)

நிலைமொழி எந்த வடிவாய் இருப்பினும்

6.17. ள் + ஞ > **எல்லாம்** ண்ஞ **ஆகும்** (பொருள் + ஞயம் = பொருண்ஞயம்)

6.18. ள் + ம > **எல்லாம்** ண்ம **ஆகும்** (அருள் + மழை = அருண்மழை)

6.19. ல் + ஞ > **எல்லாம்** ன்ஞ **ஆகும்** (சொல் + ஞானம் = சொன்ஞானம்)

6.20. ல் + ம > **எல்லாம்** ன்ம **ஆகும்** (வரல் + முறை = வரன்முறை)

மயங்கும் மெய்கள்

ண் + கசப, ன் + கசப, ள் + கசப, ல் + கசப ஆகிய சந்திப்புகள்

6.21. ண் + கசப - குறில்மெய் நிலைமொழி அடைப்பெயர் ண் > ட் ஆகும் (மண் + குடம் = மட்குடம்); மற்ற நிலைமொழி இயல்பாகப் புணரும் (முரண் + கூற்று = முரண்கூற்று)

6.22. ன் + கசப - குறில்மெய் நிலைமொழி அடைப்பெயர் ன் > ற் ஆகும் (பொன் + குவை = பொற்குவை); மற்ற நிலைமொழி இயல்பாகப் புணரும் (தேன் + கூடு = தேன்கூடு)

6.23. ள் + கசப - நிலைமொழி அடைப்பெயர் எனில், ள், ட் ஆகும் (வாள் + பிடி = வாட்பிடி); மற்ற நிலைமொழி இயல்பாகப் புணரும் (நாள் + பார்த்து = நாள்பார்த்து)

6.24. ல் + கசப - நிலைமொழி அடைப்பெயர் எனில், ல், ற் ஆகும் (நூல் + பயன் = நூற்பயன்); மற்ற நிலைமொழி இயல்பாகப் புணரும் (வேல் + கொண்டு = வேல்கொண்டு)

மற்ற புணர்ச்சி விதிகள்

மை ஈற்றுப் பண்புபெயர் விதி, திசைப்பெயர் விதி, பொருள் வேறுபாட்டு விதி, நிறுத்தி ஒலிப்பதால் நேரும் புணர்ச்சி போன்றவற்றை அவற்றுக்கு உரிய பகுதிகளிலேயே காண்க.

பயிற்சிகள்

வலிமிகுதல் புணர்ச்சி

வலிமிகும் விதிகளுக்கே கூடுதல் பயிற்சி தேவை என்பதால், இங்கே உரிய பயிற்சி தரப்படுகிறது. இறுதிப் பக்கங்களில் விடைகள் உள்ளன.

1. மென்கை + காப்பு =
2. தங்கை + காப்பு =
3. கம்பி + சுருள் =
4. தம்பி + சட்டை =
5. சென்னை + தமிழ்ச்சங்கம் =
6. மணியம்மை + தமிழ்ப்பள்ளி =
7. தஞ்சாவூர் + கல்லூரி =
8. பெரியார் + கல்லூரி =
9. புலவர் + பெரியசாமி =
10. பெரியசாமி + புலவர் =
11. பெரியார் + கந்தசாமி =
12. கந்தசாமி + பெரியார் =
13. கவிஞர் + கண்ணதாசன் =
14. கண்ணதாசன் + கவிஞர் =
15. அமெரிக்கன் + ஐரோப்பியன் =
16. சீனன் + சப்பானியன் =
17. தந்தை + சொல் =
18. தந்தை + சிறுத்தை =
19. தாய் + பேச்சு =
20. தாய் + புலி =
21. தென்னை + கன்று =
22. எலுமிச்சை + காய் =
23. எருக்கு + பூ =
24. தேக்கு + கட்டை =
25. பயறு + காய் =
26. புளி + பழம் =
27. உதி + கொப்பு =
28. கருமை + சீரகம் =
29. அருமை + சிறப்பு =
30. கொடுமை + தமிழ் =
31. நெடுமை + தோகை =
32. நறுமை + சோலை =
33. வெறுமை + வாய் =
34. வெறுமை + தாள் =
35. வெறுமை + உடல் =
36. குறுமை + காப்பியம் =
37. குறுமை + உகரம் =
38. குறுமை + உயிர் =

39. நடுமை + சாமம் =
40. பொதுமை + கூற்று =
41. முதுமை + கிழவர் =
42. மூக்கு + சிவந்தது =
43. நேற்று + கூறினான் =
44. முறுக்கு + சுட்டாள் =
45. காத்து + கிடந்தார் =
46. பேச்சு + பரவியது =
47. தட்டு + கரம் =
48. தட்டு + தடுமாறி =
49. நாடு + நடப்பு =
50. காடு + கரடி =
51. ஆறு + கரை =
52. தூசு + படலம் =
53. மாசு + பட்டது =
54. சார்பு + பேச்சு =
55. மார்பு + சளி =
56. வயிறு + கோளாறு =
57. நூறு + கனிகள் =
58. நூறு + கணக்காக =
59. அன்பு + காட்டினான் =
60. அன்பு + பரிசு =
61. கரும்பு + தோட்டம் =
62. கரும்பு + தின்றான் =
63. சிந்து + பாட்டு =
64. வந்து + பார்த்தான் =
65. சென்று + சேர்ந்தான் =

66. அழகு + கலை =
67. அழகு + காட்டினாள் =
68. உருபு + புணர்ச்சி =
69. மரபு + கலைகள் =
70. திருடு + போனது =
71. குருடு + பூனை =
72. மலடு + பெண் =
73. கிழடு + புலி =
74. எஃகு + பாளம் =
75. கஃசு + தங்கம் =
76. எங்கு + போனாய் =
77. என்று + போனாய் =
78. அங்கு + கண்டேன் =
79. அன்று + கண்டேன் =
80. ஆங்கு + பார்த்தாள் =
81. ஈங்கு + கிடந்தது =
82. யாங்கு + சென்றாய் =
83. மனம் + சோர்ந்தது =
84. மனம் + சோர்வு =
85. குணம் + சிறந்தது =
86. குணம் + சிறப்பு =
87. தவம் + பேறு =
88. குளம் + தாமரை =
89. வலம் + புறம் =
90. இடம் + பக்கம் =
91. உரு + குலைந்தது =
92. உரு + குலைவு =

93. கரு + சிதைந்தது =

94. கரு + சிதைவு =

95. மடா + குடியன் =

96. மடா + சாய்ந்தது =

97. கடா + களிறு =

98. கடா + பாய்ந்தது

99. நிலா + பொழிந்தது =

100. நிலா + காலம் =

101. தீ + பற்றியது =

102. தீ + புண் =

103. ஈ + கடித்தது =

104. ஈ + கடி

105. ஏ + போட்டான் =

106. கோ + பெருமை =

107. கௌவு + கௌவியது =

108. படி + படி =

109. படி + கல் =

110. குடி + பழக்கம் =

111. குடி + தண்ணீர் =

112. பனி + சாரல் =

113. பனி + பெய்தது =

114. மழை + தூறல் =

115. மழை + பொழிந்தது =

116. கலை + பயணம் =

117. கலை + கற்றான் =

118. நிறை + பொருள் =

119. மறை + கருத்து =

120. இரவு + காலம் =

121. இரவு + கடந்தது =

122. உறவு + பாலம் =

123. உறவு + குலைந்தது =

124. நாய் + குரைத்தது =

125. நாய் + குணம் =

126. ஊர் + குளம் =

127. ஊர் + சென்றான் =

128. தண்ணீர் + பந்தல் =

129. தண்ணீர் + கொடு =

130. கூழ் + பானை =

131. பாழ் + பட்டது =

132. கோடி + கோடி =

133. கோடி + பணம் =

134. படை + பட்டாளம் =

135. படை + காவல் =

136. குடம் + குடமாய் =

137. படம் + சுருள் =

138. இடி + தாங்கி =

139. கை + பேசி =

140. கை + காட்டி =

141. விலை + காட்டி =

142. தொலை + காட்டி =

143. ஒலி + பெருக்கி =

144. உரு + பெருக்கி =

145. சுமை + தூக்கி =

146. போக + சொல் =

147. போய் + சொல் =
148. தர + சொன்னான் =
149. வருவதாய் + கூறு =
150. சொல்லி + காட்டு =
151. எழுதி + போடு =
152. அள்ளி + கொடு =
153. நீந்தி + பார் =
154. தந்து + சென்றான் =
155. கொண்டு + சென்றான் =
156. எடுத்து + பார்த்தான் =
157. பொறுத்து + கொண்டான் =
158. அழுது + தீர்த்தான் =
159. எருது + கட்டு =
160. அழிந்த + செல்வம் =
161. அழியாத + செல்வம் =
162. அழியா + செல்வம் =
163. கண்ட + காட்சி =
164. காணாத + காட்சி =
165. காணா + காட்சி =
166. பெரிய + பிள்ளை =
167. பெரிதான + பிள்ளை =
168. பெரிதாக + தெரிந்தது =

169. இன்றை + செய்தி =
170. இன்றைய + செய்தி =
171. நாளை + பொழுது =
172. நாளைய + பொழுது =
173. பண்டை + காலம் =
174. பண்டைய + காலம் =
175. மானை + பிடித்தான் =
176. பூனை + பிடித்தான் =
177. வாளை(மீன்) + பிடித்தான் =
178. வாளை + பிடித்தான் =
179. வீடு + சென்றான் =
180. வீட்டுக்கு + சென்றான் =
181. நாடு + திரும்பினான் =
182. நாடு + தலைவன் =
183. வேலை + பார்த்தான் =
184. வேலை + பாய்ச்சினான் =
185. நனி + பெரிது =
186. சால + சிறந்தது =
187. விழுமி + பரந்தது =
188. விழுமிய + பொருள் =
189. செழித்து + பெருகியது =
200. செழித்த + கழனி =

விடைகள்

1. மென்கைக் காப்பு
2. தங்கை காப்பு
3. கம்பிச் சுருள்
4. தம்பி சட்டை
5. சென்னைத் தமிழ்ச்சங்கம்
6. மணியம்மை தமிழ்ப்பள்ளி
7. தஞ்சாவூர்க் கல்லூரி
8. பெரியார் கல்லூரி
9. புலவர் பெரியசாமி
10. பெரியசாமிப் புலவர்
11. பெரியார் கந்தசாமி
12. கந்தசாமிப் பெரியார்
13. கவிஞர் கண்ணதாசன்
14. கண்ணதாசக் கவிஞன்
15. அமெரிக்க ஐரோப்பியர்
16. சீன சப்பானியர்
17. தந்தை சொல்
18. தந்தைச் சிறுத்தை
19. தாய் பேச்சு
20. தாய்ப் புலி
21. தென்னங்கன்று
22. எலுமிச்சங்காய்
23. எருக்கம்பூ
24. தேக்கங் கட்டை
25. பயற்றங்காய்
26. புளியம்பழம்
27. உதியங்கொப்பு
28. கருஞ்சீரகம்
29. அருஞ்சிறப்பு
30. கொடுந்தமிழ்
31. நெடுந்தோகை
32. நறுஞ்சோலை
33. வெறுவாய்
34. வெறுந்தாள்
35. வெற்றுடல்
36. குறுங்காப்பியம்
37. குற்றுகரம்
38. குற்றுயிர்
39. நடுச்சாமம்
40. பொதுக்கூற்று
41. முதுகிழவர்
42. மூக்குச் சிவந்தது
43. நேற்றுக் கூறினான்
44. முறுக்குச் சுட்டாள்
45. காத்துக் கிடந்தார்
46. பேச்சுப் பரவியது
47. தட்டுகரம்
48. தட்டுத்தடுமாறி
49. நாட்டு நடப்பு
50. காட்டுக் கரடி
51. ஆற்றங்கரை
52. தூசுபடலம்

53. மாசுபட்டது
54. சார்பு பேச்சு
55. மார்புசளி
56. வயிற்றுக் கோளாறு
57. நூறு கனிகள்
58. நூற்றுக் கணக்காக
59. அன்பு காட்டினான்
60. அன்புப் பரிசு
61. கரும்புத் தோட்டம்
62. கரும்பு தின்றான்
63. சிந்துப் பாட்டு
64. வந்து பார்த்தான்
65. சென்று சேர்ந்தான்
66. அழகு கலை
67. அழகு காட்டினாள்
68. உருபு புணர்ச்சி
69. மரபு கலைகள்
70. திருடுபோனது
71. குருட்டுப் பூனை
72. மலட்டுப் பெண்
73. கிழட்டுப் புலி
74. எஃகு பாளம்
75. கஃசு தங்கம்
76. எங்குப் போனாய்
77. என்று போனாய்
78. அங்குக் கண்டேன்
79. அன்று கண்டேன்
80. ஆங்குப் பார்த்தாள்
81. ஈங்குக் கிடந்தது
82. யாங்குச் சென்றாய்
83. மனஞ் சோர்ந்தது
84. மனச் சோர்வு
85. குணஞ் சிறந்தது
86. குணச் சிறப்பு
87. தவப்பேறு
88. குளத் தாமரை
89. வலப்புறம்
90. இடப்பக்கம்
91. உருக் குலைந்தது
92. உருக்குலைவு
93. கருச் சிதைந்தது
94. கருச்சிதைவு
95. மடாக் குடியன்
96. மடாச் சாய்ந்தது
97. கடாக் களிறு
98. கடாப் பாய்ந்தது
99. நிலாப் பொழிந்தது
100. நிலாக் காலம்
101. தீப் பற்றியது
102. தீப்புண்
103. ஈக் கடித்தது
104. ஈக்கடி
105. ஏப் போட்டான்
106. கோப் பெருமை
107. கௌவுக் கௌவியது
108. படிபடி
109. படிக்கல்
110. குடிப்பழக்கம்
111. குடிதண்ணீர்
112. பனிச்சாரல்
113. பனி பெய்தது
114. மழைத் தூறல்
115. மழை பொழிந்தது
116. கலைப் பயணம்

117. கலை கற்றான்
118. நிறைபொருள்
119. மறைக் கருத்து
120. இரவுக் காலம்
121. இரவு கடந்தது
122. உறவுப் பாலம்
123. உறவு குலைந்தது
124. நாய் குரைத்தது
125. நாய்க் குணம்
126. ஊர்க் குளம்
127. ஊர் சென்றான்
128. தண்ணீர்ப் பந்தல்
129. தண்ணீர் கொடு
130. கூழ்ப் பானை
131. பாழ்பட்டது
132. கோடிகோடி
133. கோடிப் பணம்
134. படைபட்டாளம்
135. படைக் காவல்
136. குடங்குடமாய்
137. படச்சுருள்
138. இடிதாங்கி
139. கைப்பேசி
140. கைகாட்டி
141. விலைகாட்டி
142. தொலைகாட்டி
143. ஒலிபெருக்கி
144. உருப்பெருக்கி
145. சுமைதூக்கி
146. போகச்சொல்
147. போய்ச்சொல்
148. தரச் சொன்னான்
149. வருவதாய்க் கூறு
150. சொல்லிக் காட்டு
151. எழுதிப் போடு
152. அள்ளிக் கொடு
153. நீந்திப் பார்
154. தந்து சென்றான்
155. கொண்டு சென்றான்
156. எடுத்துப் பார்த்தாள்
157. பொறுத்துக் கொண்டான்
158. அழுது தீர்த்தான்
159. எருதுகட்டு
160. அழிந்த செல்வம்
161. அழியாத செல்வம்
162. அழியாச் செல்வம்
163. கண்ட காட்சி
164. காணாத காட்சி
165. காணாக் காட்சி
166. பெரிய பிள்ளை
167. பெரிதான பிள்ளை
168. பெரிதாகத் தெரிந்தது
169. இன்றைச் செய்தி
170. இன்றைய செய்தி
171. நாளைப் பொழுது
172. நாளைய பொழுது
173. பண்டைக் காலம்
174. பண்டைய காலம்
175. மானைப் பிடித்தான்
176. பூனை பிடித்தான்
177. வாளை பிடித்தான்
178. வாளைப் பிடித்தான்
179. வீடு சென்றான்
180. வீட்டுக்குச் சென்றான்

181. நாடு திரும்பினான்

182. நாட்டுத் தலைவன்

183. வேலை பார்த்தான்

184. வேலைப் பாய்ச்சினான்

185. நனி பெரிது

186. சாலச் சிறந்தது

187. விழுமிப் பரந்தது

188. விழுமிய பொருள்

189. செழித்துப் பெருகியது

200. செழித்த கழனி

குறிப்புகள்

1. திருடு + போனது என்பதைத் திருடுபோனது என்றுதான் புணர்க்க வேண்டும்; திருட்டுப் போனது என்பது சரியன்று; குருடு போனது என்பதைக் குருட்டுப் போனது என்பதில்லையே, அதுபோல. திருட்டுப்பயல் என்பது சரி; குருட்டுப்பூனை என்பது போல. திருடு, பெயர்ச்சொல்; திருட்டு என்பது அதன் அடைவடிவம் (adjective).

2. வெறுமை + தாள் என்பதை வெறுந்தாள் என்றுதான் புணர்க்க வேண்டும்; வெற்றுத்தாள் என்பது சரியன்று. வெறு என்பது வருமொழி முதலெழுத்து உயிர் என்றால்தான் வெற்று என்று இரட்டும், வெறு + உடல் = வெற்றுடல் என்பது சரி. குறுமை + உகரம் = குற்றுகரம்; ஆனால், குறுமை + காப்பியம் = குறுங்காப்பியம்; குற்றுக் காப்பியம் அன்றே!